바로 써먹는
베트남어 3편
고급 문법 & 작문

베트남 현지인처럼 베트남어 구사를 위해
갖춰야 할 완성 단계의 문법

바로 써먹는 베트남어 3편

고급 문법 & 작문

저자 **Đỗ Thị Thu**

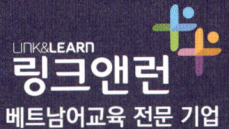

링크앤런
베트남어교육 전문 기업

머리말

바로 써먹는 베트남어

본 『베트남어 고급 문법 & 작문』 교재를 집필하고 있는 현재, 한국과 베트남 양국 간의 우호관계는 역대 절정을 찍은 것으로 보입니다. 이러한 배경에서 베트남어를 배우고자 하는 한국인이 많아지는 건 어쩌면 당연한 결과이며, 이제 베트남어 전공자가 아니더라도 베트남어 입문-초급을 넘어 중급, 고급 수준을 원하는 한국인 학습자도 점점 많아지고 있습니다. 필자는 2016년도에 베트남어 초중급 수준을 다루는 『바로 써먹는 베트남어 2편』을 출간할 때만 해도 고급 수준의 교재를 집필할 거라는 생각은 하지 못했습니다. 과연 국내에서 일반 한국인 학습자가 베트남어를 고급까지 배울 것이라는 확신이 없었기 때문입니다. 그러다가 베트남어 2편 교재의 동영상 강의 학습을 마친 몇몇 분이 소중한 피드백을 주면서 다음 단계의 교재를 기다리고 있다는 신호를 보내주었습니다. 너무 감사하게 생각했으나 한편으로 모든 언어가 마찬가지겠지만, 베트남어 고급 수준의 서적을 편찬하기 위해서는 어마어마한 내공과 연구가 요구된다는 걸 누구보다 잘 알기에 선뜻 그 요구에 응하지 못했습니다.

2018년에 들어서 진심으로 베트남어를 공부하고 싶어 하는 많은 학습자의 요구를 더 이상 외면할 수 없겠다는 생각이 들어 고급 교재를 집필하는 것에 대해 진지하게 고민하고 자료를 준비하는 작업을 시작했습니다. 학습자가 원하는 모든 베트남어 중-고급 문법을 담는 교재를 만들겠다는 마음 때문에 다루려던 문법의 개수가 예상했던 것보다 훨씬 많아져 도저히 회화나 듣기, 독해 등 다른 부문을 같이 집어넣을 수가 없게 되었고, 결국 문법 & 작문만 먼저 다루게 되었습니다.

　한국인을 위한 『베트남어 고급 문법 & 작문』은 2년 가까운 긴 시간에 걸쳐 수없는 고뇌 끝에 탄생한 결과이며 상업성보다 저자 본인의 발전을 위한 싸움과, 베트남어를 진심으로 사랑해 주는 학습자에 대한 책임감에서 현실화되었다고 생각합니다. 희소성 있는 베트남어를 고급까지 배우는 한국인이 아직까지는 많지 않지만 그동안 저와 링크앤런을 통해 제 강의를 사랑해 주신 모든 분들이 이 책을 진심 어린 보답의 선물로 받아 주고 이 책에 있는 내용을 진정성 있게 학습해 주길 바라는 마음뿐입니다.

　이 책은 중-고급 문법과 그 문법을 활용한 작문 연습의 비교적 단순한 구성이지만 총 200개 안팎의 개별 문법과 구문이 담겨 있어서 베트남어 마스터 문법 사전이나 다름이 없습니다. 또한 일상생활부터 문화, 사회, 경제, 정치, 시사뉴스, 스포츠 등까지 다양한 분야의 어휘를 다루려고 심혈을 기울였습니다. 무엇보다 베트남 사람들이 실생활에서 많이 쓰는 표현과 문형을 위주로 기술하였고 딱딱한 교과서적인 문법 범주를 넘어 실용성이 높고 현지에서 통하는 구문이나 구어체 표현, 관용어, 어감 조사 등을 교재 곳곳에 배치해 놓았습니다. 한편, 다루는 문법 수가 많은 만큼 학습자들이 각각의 문법을 헷갈리지 않게 하나 하나 꼭꼭 씹어 먹듯이 확실하게 학습하고 최대한 많이 응용해 주기를 부탁드립니다.

　끝으로 이 책을 손에 쥔 모든 분에게 감사의 인사를 전합니다. 베트남어에 관심을 가져주고 베트남어를 끝까지 배우고자 하는 학습자 여러분 덕분에 제가 이 책을 쓸 수 있게 되었다고 생각합니다. 여러분이 베트남어를 정복하는 여정에 제가 함께할 수 있어서 행복하고 영광입니다. 여러분, 파이팅! Cố lên!

2020년 6월

저자 **Đỗ Thị Thu**

차례

바로 써먹는
베트남어

3편

머리말 _ 005

PART I

01	지각동사 – nhìn, thấy, trông, xem, ngắm	012
02	Trợ từ cuối câu (어기조사) – này, đấy, vậy, thế, kìa	015
03	Chuyện, việc, điều 의 용법	018
04	복수표현 – các, những	020
05	Lại 의 용법 1	022
06	Với 의 용법	024
07	Gì mà ~ thế?	027
08	Ai mà ~ thế? Đâu mà ~ thế (này)?	030
09	Mà 의 용법	033
10	Có A đâu mà B?	036
11	Không / chẳng + 서술어 + mấy	038
12	동사/절/문장 + làm gì	040
13	Câu. Ngoài ra, (주어) còn/cũng 서술어 (nữa). Ngoài A ra (thì) 주어 còn/cũng B (nữa).	042
14	Được / được phép + 동사. Không được / không được phép + 동사.	044
15	Có được + 형용사/부사 + không? Không được + 형용사/부사.	046
16	Không + 동사 + nổi. Không thể + 동사 + nổi. Làm sao mà + 동사 + nổi.	048
17	Cho 의 용법 1	051
18	Cho 의 용법 2	054
19	Không gì / Không đâu / Không ai + 서술어 + bằng A. Hơn cả	057
20	(chỉ) trừ + 명사. (chỉ) trừ + 동사/절	060
21	Động từ + 'xem' + câu hỏi cơ bản	063
22	동사 + mất / đi / được	065
23	Kịp 의 용법	067
24	Chịu 의 용법	070
25	주어 + có bao giờ + 동사 + không? Có khi nào + 절 + không (nhỉ)?	073

6

PART Ⅱ

26	형용사의 부사화: 'một cách' + tính từ	078
27	Danh hóa động từ 1.(동사의 명사화 1) 'Việc / sự' + động từ	080
28	Danh hóa động từ 2.(동사의 명사화 2) 'câu / lời / chuyến' + 동사	082
29	Danh hóa động từ 3.(동사의 명사화 3) 'nỗi / niềm / những / mọi / nhiều' + 동사	084
30	'đến / tới / phải đến / không đến / chưa đến' + 수사	086
31	제한성을 나타내는 부사: Chỉ + 동사 + có / có mỗi / mỗi + 수사 + (thôi).	089
32	hẳn / tận + 수사/명사	091
33	Mới + 수사 + mà + 주어 + đã + 서술어 + (rồi).	093
34	Sở dĩ + A + là vì / là bởi / là do / là bởi vì + B. Do / Vì / Bởi / Bởi vì / Tại / Tại vì A mà B	096
35	Nhờ (có) + A + mà + B. B + là nhờ (vào) + A.	099
36	độ, chừng, tầm, trở lên, trở đi, đổ lại	102
37	수량 표현. Bao nhiêu, là bao, biết bao	105
38	lại 의 용법 2: Đã + A + lại / còn / lại còn + B + (nữa).	108
39	sợ / ngại / dám + 동사	111
40	ngay cả, thậm chí, đến (cả), đến mức, đến nỗi	114
41	목적어 + thì + 주어 + 동사. 서술어 + thì có + 서술어 + nhưng ~	117
42	문장 + là + 형용사. Cứ / Hễ + A + là + (주어 + lại) + B.	120
43	có + 동사. Có + A + (thì 주어) + mới + B.	122
44	(Cho dù / Dù) có + A + thì cũng + B. A + thì cũng chỉ + B + là cùng.	124
45	Ai đó, gì đó, đâu đó, lúc nào đó. Toàn 의 용법	127
46	quên 의 용법	130
47	부정강조 조사 đâu 의 용법. Không + 동사 + 의문사 + hết / cả / hết cả.	133
48	Không biết + 서술어 + là gì. Không thể không + 서술어. Đành / đành phải + 동사	137
49	Chẳng ~ là gì / còn gì. A thì + ai chẳng / gì chẳng / đâu chẳng + B.	140
50	복수 표현 정리 Tất cả, cả, toàn, toàn bộ, toàn thể	143

PART III

51	Mỗi (마다, 각각의, 매) vs. hàng (매)	148
52	Mỗi vs. từng	151
53	서술어 + chứ sao không? Ai mà không /chẳng ~.	154
54	Ai mà + 동사 + được? Không hề + 서술어	157
55	Ai bảo + (상대방 + là) + 주어 + 서술어?	160
56	(Nếu) + 주어 + mà + A + thì + B]. [A + (thì) có phải + B + không]	163
57	Giá (mà) + A + thì + B. Ước gì.	166
58	đáng lẽ / lẽ ra	169
59	Thế nào + 주어 + cũng + 동사. (Dù / Dù có / Cho dù) + 서술어 + thế nào + 주어 + cũng / vẫn + 동사. Bao nhiêu cũng + 서술어	172
60	'Bất cứ' + từ nghi vấn (의문사): ~든지 모두, ~든지 다	175
61	có vẻ, hình như, hình như ~ thì phải, tỏ vẻ, tỏ ra, ra vẻ	178
62	thay vì, thay vào đó, đổi / thay đổi, thay thế, thay	182
63	변화의 방향을 나타내는 격 조사 thành 의 용법, sang 의 용법	188
64	Cứ 의 용법	191
65	Phải + 동사 + mới được. 동사 + phải + 보어.	194
66	Được + 동사 + bởi + 명사. Mải + 동사	197
67	A mà không B. A mà không có B. A mà không cần B.	200
68	원인 – 결과 접속사: thế là, thành thử, thành ra, đâm ra, nên mới phải, thành thử mới phải	203
69	ngay / liền 의 용법	206
70	Luôn 의 용법	208
71	Vừa / mới + 동사1 + (mà) + đã + 동사2. 동사1 + là + 주어 + lập tức + 동사2.	212
72	A nói riêng (và) B nói chung. Đến lúc + 동사 + mới thấy ~	215
73	thôi 의 용법	219
74	vậy 의 용법, cũng 의 용법	222

PART IV

75	Chứ 의 용법	228
76	방향성을 나타내는 이동동사. Khỏi의 용법	231
77	불가피성과 강제성을 나타내는 단어: nhất thiết, nhất thiết phải, nhất định, nhất quyết, bắt buộc, buộc phải.	234
78	miễn là (phải), có điều, được cái	237
79	ra là, thì ra (là), hoá ra (là), thì ra (là) thế, hoá ra (là) thế, là sao? là thế nào?	240
80	Mãi 의 용법1, mãi mới	243
81	Mãi 의 용법2	246
82	Trôi qua, trải qua, vượt qua	249
83	Nhắc, dặn, căn dặn, nhắc nhở, nhắc lại	251
84	nhờ, khuyên, bắt, bảo, sai, yêu cầu, đề nghị, ép, ép buộc	253
85	giục, nài nỉ, đòi, đòi hỏi	255
86	의심을 나타내는 단어: nghi, ngờ, nghi ngờ	257
87	A nào B nấy. A gì B nấy. A ai B người đấy. A bao nhiêu B bấy nhiêu.	259
88	Hết A đến B. Nào là A này, B này, C này	261
89	A kẻo (lại) B. A không thì (lại) B	264
90	Không khéo + (chủ ngữ lại) ~ cũng nên. Biết đâu + (chủ ngữ) + lại ~ (thì sao).	267
91	gây, gây ra, gây nên, dẫn tới, đem đến, mang đến, đem lại	270
92	(A thì) thà (rằng) B còn hơn. Thà (rằng) A còn hơn B. Thà A chứ không B.	273
93	A thì khác nào B. Cứ cho là + 서술어 / 절 + (đi). Cứ xem như (là)	276
94	Liệu + 'có ~ không?' 의문문형. A hay sao mà B.	279
95	'Chẳng lẽ, không lẽ, lẽ nào' 의 용법	282
96	'trót / lỡ / nỡ' + động từ: 몰라서 동사해 버렸다	286
97	tùy vào, tùy thuộc vào, tùy, tùy theo, phụ thuộc vào	290
98	A (còn / là) tùy vào B. Tùy vào A mà B. Dựa trên, dựa vào, căn cứ (vào)	292

■ **부록** | 구동사와 생활 동작동사 모음 _ 296

바로 써먹는
베트남어
3편

고급 문법 & 작문

PART

I

01 지각동사 – nhìn, thấy, trông, xem, ngắm

1 Thấy: 보이다, 보다

(1) 별도의 노력 없이 눈을 뜨면 보이는 것을 보는 것.

Lúc nãy đi trên đường, em thấy anh Dũng chở chị My bằng xe máy.
(chở: 태우다)

(2) 다른 지각동사 (nhìn, trông)와 결합하여 보는 행위가 결과 있게 이루어짐을 표현한다.

Từ đây có thể nhìn thấy (trông thấy) toàn cảnh thành phố. (toàn cảnh: 전경)

Tối quá. Tôi chẳng nhìn thấy gì cả.

2 Nhìn: 보다, 쳐다보다

보려고 의도하고 보는 것, 의도적으로 시선을 고정해서 특정한 방향으로 주목해서 보는 행위.

Em đang nhìn gì đấy?

Nhìn này, ở đây lại mới xây thêm một chung cư.

3 Trông: 보다, 지키다, 돌보다

(1) nhìn 과 비슷하다.

Anh ấy trông ra xa = Anh ấy nhìn ra xa.

(2) coi, giữ 의 뜻(지키다, 돌보다)을 가지고 있다.

Mẹ nhờ tôi trông nhà.

4 Xem: 시청하다, 구경하다, 보다, 관람하다

주로 볼거리를 보거나 움직이는 것을 특정한 시간동안 인지하여 보는 행위: 시청하다, 구경하다, 보다, 관람하다.

Xem TV, xem bóng đá, xem biểu diễn, xem thi đấu

5 Ngắm: 구경하다, 보다, 눈으로 감상하다

xem 과 비슷하지만 보며 아름다움을 감상하다 라는 뜻이 있다.

Ông ấy thích ngồi cạnh cửa sổ để vừa đi vừa ngắm phong cảnh.

Bài luyện | 연습문제

Sử dụng các từ 'thấy, nhìn, trông, xem, ngắm' để viết lại các câu sau đây sao cho hợp lý.

1 제가 잠깐 자리를 비울 테니 가게를 좀 봐주세요! (자리를 비우다: đi vắng)

2 해지는 풍경을 볼 때마다 내 마음이 편안해지다.
(해지다: mặt trời lặn/ hoàng hôn, 편안해지다: trở nên bình an)

3 다른 사람 얼굴을 빤히 쳐다보는 건 실례되는 행동이야.
(빤히 처다보다: chằm chằm, 실례되는: thất lễ)

4 실례지만 이만한 크기의 빨간색 가방을 못봤어요? 아까 테이블위에 올려놨거든요.
(~를 올려놓다: để ~ trên)

5 어제 베트남-한국 축구경기를 봤어요? (축구경기: trận đấu / trận bóng đá)

Đáp án | 답안

1. Em đi vắng một lúc, chị trông cửa hàng giúp em nhé!
2. Mỗi khi ngắm cảnh mặt trời lặn, tâm hồn tôi trở nên bình an.
3. Nhìn chằm chằm vào mặt người khác là hành động thất lễ.
4. Xin lỗi, anh có nhìn thấy cái túi xách màu đỏ to bằng này không? Lúc nãy tôi để nó trên bàn.
5. Hôm qua anh có xem trận bóng đá Việt Nam – Hàn Quốc không?

02 Trợ từ cuối câu (어기조사)
– này, đấy, vậy, thế, kìa

1 의문문 + đấy / thế / vậy?

의문문 (주로 의문사 의문문) 끝에 조사 'đấy / thế / vậy'가 위치하면 (1) 진행하고 있는 일에 대한 궁금증, (2) 친밀감을 나타낸다.

Ví dụ

Các bạn đang ăn gì đấy?

Sao em im lặng thế? Em đang nghĩ gì vậy? (im lặng: 조용하다/ 침묵하다)

Anh ơi! TV chiếu chương trình gì đấy? (chiếu: 방영하다)

2 평서문 + đấy.

짧은 통보문이나 경고문 끝에 조사 'đấy'가 위치하면 화자가 본인의 의견이나 통보내용을 강조하고 상대방을 자기 말에 집중시키기 위해 사용된다.

Ví dụ

Anh gọi tắc xi cho em rồi đấy!

Đây là lần đầu tiên tôi đến nơi này đấy!

Các bạn trật tự. Cô giáo sắp đến rồi đấy! (trật tự: 질서 지키고 조용하다)

Cẩn thận. Đoạn đường này nhiều ổ gà lắm đấy! (ổ gà: 도로 구멍/도로에 움푹 파인 곳)

3 평서문 + vậy.

다른 방법이 없어서 이렇게 할 수밖에 없다는 결론을 긍정할 때 사용된다. 문장 앞에 'thì / thế thì' (그럼, 그렇다면)와 결합하는 편이다.

Ví dụ

A : Ở quê chán lắm, chẳng có gì chơi cả.
B : Thì mình đi tắm sông vậy.

또는 대수롭지 않게 받아들이는 태도를 표현한다.

A: Nhà hết cơm rồi.

B: Thì ăn mỳ vậy.

4 평서문 + này, 평서문 + đây này

이 표현 방식은 통보내용을 강조하고 상대방을 자기 말에 집중시키는 어감을 나타낸다. 다만 언급한 대상이 가까이 있고 통보하는 일도 지금 막 진행됐을 경우 사용된다.

같은 의미로 언급한 대상이 조금 떨어져 있는 경우 평서문 뒤에 'kìa'를 사용한다.

Ví dụ

Mẹ mang sữa cho con đây này.

Mọi người ơi! Chị Hoa đến rồi này.

Bà ơi! Cháu đến thăm bà đây này.

Nhìn kìa! Máy bay đang bay qua kìa.

Các bạn ơi! Ở đằng kia có đánh nhau kìa. (đánh nhau: 싸움, 싸우다)

Bài luyện | 연습문제

Sử dụng trợ từ 'này, đấy, vậy, thế, kìa' để viết lại các câu dưới đây bằng tiếng Việt sao cho phù hợp.

1 뭐가 이렇게 시끄럽니?

2 있잖아. 나는 이번 설연휴 때 가족여행으로 태국에 갈 거다.

Trợ từ cuối câu (어기조사) - này, đấy, vậy, thế, kìa 02

3 A. 난 현금이 없어서 길거리에서 파는 음식을 못 사. (길거리 음식: đồ ăn vỉa hè)

B. 그럼 다음에 사지 뭐.

4 (Thu를 부르며) 투야, 너를 찾는 사람이 있어.

5 (손을 가리키며) 지금 백화점에서 세일행사를 하네요. (세일행사: chương trình khuyến mại)

Đáp án | 답안

1 Cái gì ồn ào thế?
2 Này. Kỳ nghỉ tết năm nay mình sẽ đi du lịch Thái Lan với gia đình đấy.
3 A: Mình không có tiền nên không thể mua đồ ăn vỉa hè.
   B: Thì lần sau mua vậy.
4 Thu ơi, có người tìm em này.
5 Trung tâm thương mại đang có chương trình khuyến mại kìa.

03 Chuyện, việc, điều 의 용법

1 Chuyện, việc

Chuyện과 việc 은 모두 어떤 동작이나 움직임, 활동으로 이루어진 '것, 일, 사건' 거의 같은 뜻을 나타내는 경우가 대부분이다.

Ví dụ

Có chuyện / việc gì vậy?

Chuyện / Việc đó thì tôi không thể giúp được anh.

Chuyện / Việc tôi nói với anh hôm vừa rồi, anh làm đến đâu rồi?
(vừa rồi: 얼마전/좀 전에/지난~)

> ● **Chuyện과 việc의 차이점**
>
> – **Chuyện**: 이야기, 문제 (영어로 matter)
>
> **Ví dụ** nói chuyện, kể chuyện, chuyện công việc, chuyện làm ăn, chuyện cười
>
> Xin giám đốc về gấp ạ. Ở công ty xảy ra chuyện lớn rồi.
> (xảy ra: 벌어지다/ 일어나다/ 발생하다)
>
> – **Việc**: (노동이나 직업으로서) 일, 업무 (work, job)
>
> **Ví dụ** xin việc, nghỉ việc, giao việc, phụ trách việc dọn dẹp

2 Điều: 구체적인 어떤 움직임으로 이루어진 것보다 추상적인 것(일)을 가리킨다.

Ví dụ

Điều ấn tượng của tôi về Hà Nội là có rất nhiều hồ trong thành phố.
(ấn tượng: 인상/ 인상적인)

Điều làm tôi đau lòng nhất là anh ấy đã phản bội niềm tin của tôi.
(phản bội: 배신하다, niềm tin: 믿음)

Bài luyện | 연습문제

Sử dụng các từ 'việc, chuyện, điều' để viết lại các câu sau đây bằng tiếng Việt.

1 나는 당신에게 하고 싶은 중요한 이야기가 있어요.

2 그 일이 일어난 지 엄청 오래됐는데 왜 이제 와서 다시 꺼내요?
(이야기 따위를 다시 꺼내다: nhắc lại)

3 우리가 아는 사이라는 건 절대 비밀이다. (아는 사이: quen nhau, 절대: tuyệt đối)

4 시장조사 업무라면 그냥 저에게 맡기세요. (사장조사: điều tra thị trường, 맡기다: giao)

5 혹시 제게 마음에 안 드는 것이라도 있어요?

Đáp án | 답안

1 Anh có chuyện quan trọng muốn nói với em.
2 Việc / Chuyện đấy xảy ra cách đây lâu lắm rồi, sao bây giờ anh còn nhắc lại?
3 Việc / Chuyện chúng ta quen nhau là tuyệt đối bí mật.
4 Việc điều tra thị trường thì cứ giao cho tôi.
5 Chị có điều gì không hài lòng về tôi à?

04 복수 표현 – các, những

기본적으로 두 단어 모두 명사 앞에 쓰이며 복수를 나타내지만 Các 은 한 그룹의 복수 전부를 나타내며 주 명사 뒤에 한정어가 필요없다.

Những 은 한 그룹의 어떤 복수 부분을 가리키며 다른 부분과 비교하는 의미를 갖는다. 그래서 주 명사 뒤에는 주로 구체적으로 확정하기 위한 한정어가 와야 한다.

Các + 명사	Những + 명사
전체성의 복수 명사 뒤에 간단한 공간이나 범위 설명이 수반 가능 (ở đây, trong nhà…)	부분성의 복수, 한정적인 복수 명사 뒤에 구체적인 설명을 수반함 (지시사, 한정사 등 수식)
Các은 2, 3인칭 앞에 사용	
Các은 의문사 앞에 사용 불가능	Những은 의문사 앞에 상용 가능

Ví dụ

Trong các câu sau đây, những câu ngắn thì không cần ôn tập, những câu dài thì phải ôn tập nhiều. (câu: 문장, ôn tập: 복습하다)

Các cửa hàng, quán ăn ở đây thường đóng cửa khá muộn.

Các anh, các chị đã học bài chưa? (học bài: 과제, 복습 등을 비롯한 자습 행위)

Các bạn ấy; Các chị ấy.

Những người này; Những học sinh đến muộn; Những việc xảy ra trong quá khứ.

Anh đã đi những đâu? Gặp những ai? Ăn những món gì?

복수 표현 - các, những 04

Bài luyện | 연습문제

Hãy chọn 'các' hoặc 'những' điền vào câu thích hợp.

1 Trong (các / những) người có mặt ở hiện trường đánh nhau thì không có ai đứng ra can ngăn cả. (hiện trường: 사건현장, đứng ra: 나서다, can ngăn: 말리다)

2 Tất cả (các / những) đồ đạc trong nhà đều là hàng nhập khẩu nước ngoài.

3 Bố mẹ chồng can thiệp vào tất cả (các / những) vấn đề liên quan đến vợ chồng tôi. (can thiệp: 간섭하다)

4 Chính phủ Việt Nam đang thực hiện nhiều biện pháp để bảo vệ (các / những) loài động vật có nguy cơ tuyệt chủng.
(biện pháp: 조치, loài: 종, nguy cơ: 위기, tuyệt chủng: 멸종)

5 Tuần vừa rồi, (các / những) anh chị đã điều tra được (các / những) gì rồi?
(điều tra: 조사하다)

 Đáp án | 답안

1 những
2 các
3 các
4 các / những
5 các, những

021

Lại 의 용법 1

1 동사 + lại + (목적어-대상): 목적어를 다시 동사하다.

시간과 관계없이 '동사를 다시하다' 또는 '같은 대상을 다시 동사하다'. 이 구조는 다소 명확한 목적을 가지고 행위를 다시 하거나 어떤 특정의 기준에 도달하기 위해 행위를 다시할 때 주로 사용된다.

> Ví dụ

Đọc lại sách. (같은 책을 다시 읽음)

Anh đọc sai rồi. Anh hãy đọc lại một lần nữa. (제대로 발음할 때까지 읽었던 부분을 다시 읽음)

Lần trước tôi thi trượt nên lần này tôi phải thi lại.
(합격하고자 하는 같은 목적으로 시험을 다시 봄). (thi trượt / thi rớt: 시험에 떨어지다)

A: Em gửi bảng báo giá cho chị rồi. (bảng báo giá: 견적서)
B: Sao chị chưa nhận được nhỉ? Em gửi lại đi! (같은 견적서를 다시 보냄)

2 Lại + 동사 + (nữa): 또 동사하다

주체가 시간이 지나 다른 목적으로 (혹은 목적과 상관없이) <같은 행동을 다시하다>. 대체로 <또 ~하다니 놀랍다>, <너무 자주 동사하다>, 귀찮아하듯이 <또 동사하네> 어감이 동반된다.

> Ví dụ

Năm ngoái, anh ấy đã đi Đà Lạt. Năm nay, anh ấy lại đi Đà Lạt.
(너무 자주 간다는 어감)

Mấy năm trước, ông Trung đã trúng xổ số 1 lần. Năm nay, ông ấy lại trúng xổ số một lần nữa. (또 복권이 당첨되다니 놀랍다는 어감)

Bạn trai lại gọi điện. (귀찮아하듯이 '남자친구가 또 전화하네' 어감)

Chị Hoa lại đọc sách. (책을 너무 자주 읽는다는 어감)

Bài luyện | 연습문제

Sử dụng 'lại' một cách thích hợp để dịch các câu sau đây sang tiếng Việt.

1 또 쌀국수를 만들어요? 이번주만 벌써 세번째예요. 이제는 좀 질렸어요.

2 지난 주에 영화를 봤는데 오늘 또 영화 봐요? 놀이공원 가는 게 어떨까요?
(놀이공원: công viên trò chơi)

3 프로그램을 설치한 후 컴퓨터를 다시 켜보세요. (설치하다: cài đặt, 켜다: bật / khởi động)

4 동작을 잘못 했어요. 다시 하세요. (동작: động tác)

5 전화가 또 끊겼어요. 나중에 다시 연락해요. (끊기다: bị ngắt)

Đáp án | 답안

1. Lại nấu phở à? Đây là lần thứ 3 trong tuần rồi. Giờ thì hơi chán rồi đấy.
2. Tuần trước đã xem phim rồi, tuần này lại xem nữa à? Hay là đi công viên trò chơi đi!
3. Cài đặt chương trình rồi khởi động lại máy tính.
4. Sai động tác rồi. Làm lại đi!
5. Điện thoại lại bị ngắt nữa rồi. Gọi lại sau nhé!

Với 의 용법

Với 는 전치사 '~와 함께', '~와 같이' 이외 다음 쓰임도 있다.

1 **Với / đối với + 사람**(조사): 사람에게, 에게는, 로서는, 에 대한, 에게 있어서

Ví dụ

Với / Đối với những học sinh đạt thành tích tốt thì nên thưởng để khuyến khích họ. (thưởng: 상주다, khuyến khích: 장려하다)

Với / Đối với tôi thì sức khỏe và gia đình là (điều) quan trọng nhất.

Áp dụng mức phạt cao nhất đối với lỗi vượt đèn đỏ.
(áp dụng: 적용하다, mức phạt: 처벌, lỗi vượt đèn đỏ: 신호위반 과실)

2 **Với + 조건**: 조건으로

Ví dụ

Anh sẽ giúp em, với điều kiện em phải tuyệt đối nghe lời anh.

Cơ sở hạ tầng ở thôn quê đã được cải thiện với những con đường quốc lộ mới xây và hệ thống điện quốc gia.
(cơ sở hạ tầng: 인프라, thôn quê: 시골, con đường quốc lộ: 국도)

Quê tôi nổi tiếng với món bánh tôm thơm ngon.

3 **도와 달라는 뜻을 가진 문장 + với**: 대화체로 쓰이며 간절하게 도움을 요청함.

Ví dụ

Giúp tôi với! Có ai không?

Cứu tôi với!

Chị kiểm tra giúp em với!

4 **문장 + với**: 대화체로 쓰이며 다른 사람과 무엇을 같이 하는 것에 대해 허락을 구함.

> **Ví dụ**

Anh đi đâu đấy? Cho em đi với!

Các em chơi cầu lông à? Anh chơi cùng với!

Bài luyện | 연습문제

Sử dụng 'với' để viết lại các câu sau đây bằng tiếng Việt.

1 타지에 사는 사람에게는 고향음식이 아주 소중한 것이다. (타지: đất khách, 소중한: đáng quý)

2 소비자로서 물가가 내려가는 건 아주 반가운 소식이다. (반가운 소식: tin vui)

3 요즘 오천원으로 한끼 식사를 해결하기가 힘들어요.

4 언니, (저를 도와) 고향에서 올라오실 부모님을 마중 좀 나가 주세요.
(고향에서 올라오다: ở quê lên/ từ quê lên)

5 너희들 영어 스터디를 한다며? 나도 같이 참여하게 해줘! (영어 스터디: nhóm học tiếng Anh)

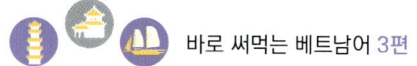

> **Đáp án** | 답안

1 Đối với người sống ở nơi đất khách thì món ăn quê hương rất đáng quý.
2 Đối với người tiêu dùng thì việc vật giá giảm là tin rất vui.
3 Dạo này, rất khó để mua một bữa ăn với 5000 won.
4 Chị đi đón bố mẹ ở quê lên giúp em với!
5 Các em tham gia nhóm học tiếng Anh à? Cho anh tham gia với!

07 gì mà ~ thế?

1 (Làm) gì mà ~ thế?
'뭘 그렇게 ~하는가?', '왜 그렇게 ~하는가?', '뭐하는데 그렇게 ~하는가?'

이 구문은 'tại sao ~ thế?' / 'sao mà ~ thế?'와 비슷한 의미를 가지며 부정적이거나 마음이 안 든다는 뉘앙스를 나타낸다. (화자가 좋아하지 않음을 표시함)

Ví dụ

(Làm) gì mà than thở lắm thế? Nghe nhiều mệt quá. (than thở: 탄식하다, 투덜거리다)

(Làm) gì mà chậm chạp thế? Muộn giờ rồi. Nhanh lên chứ!

(Làm) gì mà tỏ ra khó chịu thế? (tỏ ra ~: ~ 태도를 드러내다)

○ 1번 구문이 [Gì mà + 동사 + 부사 + thế?]일 경우 [동사 + gì mà + 부사 + thế?] 형태로 표현되기도 한다.

[동사 gì mà 부사 thế?] (부정적인 뜻을 가진 부사)
'무슨 동사를 부사하게 하는가?'

Ví dụ Nói gì mà lắm thế? (= Gì mà nói lắm thế?)

Trời đất ơi. Em tắm gì mà lâu thế? (= Gì mà tắm lâu thế?)

Giao hàng gì mà chậm thế? (= Gì mà giao hàng chậm thế?)

2 명사 + gì mà + 서술어: (마음에 안 드는 태도로) '무슨 명사가 서술어해요'

명사가 일반기준이나 화자의 기대에 못 미침에 대해 비난하는 뉘앙스를 나타낸다. 하여 부정적인 뜻을 가진 서술어와 같이 쓰이는 편이다.

> **Ví dụ**

Khách sạn gì mà vừa cũ vừa không có thang máy.
Gỏi gì mà không tươi gì cả. (gỏi: 회)
Máy tính gì mà chậm như rùa. (rùa: 거북이)

3 동사 + (목적어) + gì mà ~ thế?: '무슨 목적어를 하길래 그렇게 ~하는가?'

상황이나 행동을 불러온 이유에 대한 궁금함을 나타내는 의문구조.

> **Ví dụ**

Em có việc gì mà vội thế? (서두르게 행동하는 이유에 대해 궁금)
Có chuyện gì gấp mà gọi điện muộn thế? (늦게 전화하는 이유에 대해 궁금)
Em nấu món gì mà hấp dẫn thế? (hấp dẫn: 매력 있는, 먹음직스러운)

Bài luyện | 연습문제

Sử dụng cấu trúc có 'gì mà' để viết lại các câu sau đây bằng tiếng Việt.

1 뭘 그렇게 안절부절 못해요? (안절부절 못하다: đứng ngồi không yên)

2 뭘 그렇게 늦게 답장해요?

3 무슨 상사가 그렇게 독재적이야. (독재적: độc tài/ độc đoán)

4 무슨 사람이 그렇게 욕심이 많아? (욕심이 많다: tham lam)

5 두분이 무슨 이야기를 했길래 그렇게 심각합니까? (심각하다: nghiêm trọng)

Đáp án | 답안

1. Gì mà đứng ngồi không yên thế? / Sao mà đứng ngồi không yên thế?
2. Gì mà trả lời muộn thế? / Trả lời gì mà muộn thế?
3. Sếp / Cấp trên gì mà độc tài thế.
4. Người gì mà tham lam thế?
5. Hai người nói chuyện gì mà nghiêm trọng thế?

08 Ai mà ~ thế?
Đâu mà ~ thế (này)?

1 **Ai mà ~ thế? / Người nào mà ~ thế (này)?**: '누군데 이렇게 ~하는가?'

일반기준에서 벗어날 정도(긍정의미 및 부정의미 포함)의 특성이나 행위를 하는 주체에 대해 궁금을 드러내는 의문구조.

Ví dụ

Ai mà ồn ào thế?

Ai mà xinh như diễn viên Hàn Quốc thế này?

Người nào mà ăn hết không để phần cho người khác thế? *(để phần: 여분을 남겨두다)*

○ **Tham khảo thêm.**

구조 'Ai mà ~ được?'은 'làm sao mà ~ được?', '~ thế nào được?'과 같은 의미를 가지며 '누가 ~할 수 있겠어요?' 즉, 아무도 ~할 수 없음을 강조하고 주로 상대방 의견을 반박하는 의미로 사용된다.

Ví dụ Anh nói không rõ ràng vậy thì ai mà hiểu được?
(Anh nói không rõ ràng nên không ai hiểu được.)

Bài toán khó thế thì ai mà giải được?
(= Bài toán khó quá nên không ai giải được)
(bài toán: 수학문제, giải: 풀다)

2 [(ở) đâu mà ~ thế (này)?], [동사 + ở đâu mà ~ thế (này)?]
'어딘데 이렇게 ~하는가?', '어디서 동사하길래 이렇게 ~하는가?'

조금 특별한 장소에 대한 궁금함을 나타내는 의문구조다.

> **Ví dụ**

Đâu mà bán rẻ thế? Chỉ em với!
Làm việc ở đâu mà suốt ngày đi sớm về muộn thế? (suốt ngày: 맨날/ 하루 내내)
Ảnh này chụp ở đâu mà cảnh đẹp thế?

Bài luyện | 연습문제

Sử dụng các cấu trúc [Ai mà ~ thế? / Người nào mà ~ thế (này)?' hoặc [đâu mà ~ thế (này)] để viết lại các câu sau đây bằng tiếng Việt.

1 누군데 이렇게 쓰레기를 무단 투기한 거야? (쓰레기를 무단 투기하다: xả rác bừa bãi)

_____

2 누군데 그렇게 (쉬지 않고) 계속 너랑 문자하는 거야? (쉬지 않고 계속: liên tục)

_____

3 어딘데 이렇게 단풍이 예뻐요? (단풍: lá phong, lá mùa thu, lá vàng lá đỏ)

_____

4 언니, 어디서 배웠는데 이렇게 베트남어를 잘해요?

_____

5 그렇게 협박했는데 어떻게 거절할 수가 있겠어요? (협박하다: đe dọa, 거절하다: từ chối)

_____

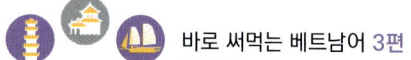

Đáp án | 답안

1. Ai mà xả rác bừa bãi thế này?
2. Ai mà liên tục nhắn tin với em vậy?
3. Ở đâu mà lá mùa thu đẹp thế này?
4. Chị học ở đâu mà giỏi tiếng Việt thế?
5. Đe dọa thế thì ai mà từ chối được? / Đe dọa thế thì làm sao mà từ chối được?

09 Mà 의 용법

1 **[주어 + mà + 형용사 + (á)?]**: 주어가 ~하다고요? (그러지 않다는 부정의미로)

[A + gì mà + A]: 'A하긴 뭐가 A해?' (A가 주로 한 음절로 구성된 서술어)

이 구조들은 대화 상대방의 의견을 조소하는 뉘앙스로 부정하고 반박하기 위해 사용된다.

Ví dụ

A: Dạo này sếp có vẻ dễ tính nhỉ?
B: Sếp mà dễ tính á? (Theo tôi, sếp không dễ tính)

A: Xe này có vẻ xịn quá!
B: Xe này mà xịn. / Xịn gì mà xịn. (Theo tôi, xe này không xịn)

A: Anh Hoàn yêu chị Bắc lắm. Suốt ngày mua quà tặng chị ấy.
B: Yêu gì mà yêu. Anh ấy chỉ tán tỉnh vậy thôi. (tán tỉnh: 작업을 걸다)
(Theo tôi, anh Hoàn không yêu chị Bắc)

2 **[동사 1 + mà + 동사 2]**: '동사 1 해서 동사 2 해라'

이 표현 방식에서 동사 2가 동사 1의 목적을 나타내며 주로 구어체에서 화자와 청자간에 친밀한 관계나 편한 사이에 권유하는 의미로 쓰인다.

Ví dụ

Lấy xe của em mà đi.
Đi mà khoe mẹ. (khoe: 이르다/ 자랑하다)

A: Đèn đẹp thế! Em tháo ra xem được không ạ? (tháo ra: 풀다/ 분해하다)
B: Không thành vấn đề. Em cứ tháo ra mà xem.

033

Bài luyện | 연습문제

Sử dụng 'mà' sao cho phù hợp để viết lại các câu sau đây sang tiếng Việt.

1 A: 네가 나를 1시간 기다리게 했어. 왜 그렇게 오래 걸렸니?

B: 1시간이 오래 걸린 거라고? (1시간이 오래 걸린 게 아니라고 생각함.)

2 A: 티비 리모컨을 찾는 다른 리모컨이 있으면 편하겠다. (리모컨: điều khiển)

B: 그게 편하다고? 티비 리모컨 찾는 것과 다른 리모컨 찾는 것이 뭐가 달라?
(A와 B가 뭐가 다르냐?: A với B thì có gì khác nhau?)

3 뚜렷하긴 뭐가 뚜렷해요? 사진이 너무 흐릿해서 잘 안 보여요. (뚜렷하다: rõ, 흐릿하다: mờ)

4 밖에 비가 오고 있어요. 제 우산을 (갖다) 쓰세요.

5 날씨가 쌀쌀해요. 이 이불을 (갖다) 덮어요. (덮다: đắp)

Đáp án | 답안

1. A: Em làm anh đợi 1 tiếng rồi đấy. Làm gì mà lâu thế?
   B: 1 tiếng mà lâu á?
2. A: Nếu có 1 cái điều khiển khác để tìm điều khiển TV thì tiện nhỉ.
   B: Cái đấy mà tiện. Tìm điều khiển TV với tìm điều khiển khác thì có gì khác nhau?
3. Rõ gì mà rõ? Ảnh mờ quá, chẳng nhìn rõ gì cả.
4. Bên ngoài đang mưa đấy. Chị lấy ô của em mà dùng.
5. Trời se lạnh đấy. Lấy chăn này mà đắp.

10 Có A đâu mà B?

1 [Có + 서술어 1 + đâu mà + 서술어 2?]
'서술어 1 하지도 않았는데 왜/어떻게 서술어 2 해요?'

어떤 행동(서술어 2)을 안 하는(때때로 못하는) 이유는 서술어 1을 하지 않았기 때문이라는 것을 설명하며 상대방에게 반박할 때 사용되는 문형이다.

Ví dụ

Hồi đi học, em có học lịch sử đâu mà biết tên các vị vua thời Lê?
(vị vua: 왕, thời Lê: 레왕조 시대)
(= Hồi đi học, em không học lịch sử nên không biết tên các vị vua thời Lê)

Chị ấy có đối xử tốt với em đâu mà em phải đối tốt lại? (đối xử: 대하다)
(= Chị ấy không đối xử tốt với em nên em không phải đối tốt lại)

Có biết nấu ăn đâu mà ngon? (= Không biết nấu ăn nên không ngon)

2 [Có + 동사 + 의문사 + đâu mà + 서술어?]
'무슨~ / 누구 / 어디도 동사하지 않았는데 왜/어떻게 서술어해요?'

Ví dụ

Cả ngày có đi đâu đâu mà phải ăn diện? (ăn diện: 차려입다)
(= Cả ngày không đi đâu nên không phải ăn diện)

Anh Trường có tâm sự gì đâu mà tôi biết anh ấy nghĩ gì?
(tâm sự: 속마음을 이야기하다)
(= Anh Trường không tâm sự gì nên tôi không biết anh ấy nghĩ gì)

Từ trước tới giờ có hẹn hò với ai đâu mà biết mấy địa điểm lãng mạn?
(= Từ trước tới giờ không hẹn hò với ai nên không biết mấy địa điểm lãng mạn)

Bài luyện | 연습문제

Sử dụng cấu trúc 'Có A đâu mà B' để viết lại các câu sau đây bằng tiếng Việt.

1 그가 부탁하지도 않았는데 왜 도와주려 해요?

2 내가 무슨 나쁜 일을 하지도 않았는데 왜 나를 의심해요?

3 나를 부르지도 않았는데 내가 왜 가요?

4 뭘 먹지도 않았는데 왜 배가 불러요?

5 차가 없는데 어떻게 너를 픽업해?

Đáp án | 답안

1 Anh ấy có nhờ đâu mà anh định giúp?
2 Tôi có làm gì xấu đâu mà nghi ngờ tôi?
3 Có gọi mình đâu mà mình đến?
4 Có ăn gì đâu mà no?
5 Có xe đâu mà đón em?

Không / chẳng + 서술어 + mấy

'별로 ~하지 않다', '얼마 ~하지 않다'.

이 구조는 어떤 상태나 속성의 낮은 정도를 나타낸다.

Ví dụ

Anh ấy chẳng nói mấy. (= Anh ấy ít nói)

Leo từ chân núi đến đỉnh núi không mất nhiều thời gian mấy.
(chân núi: 산밑, đỉnh núi: 산꼭대기)

Anh ấy đối xử tốt với tôi nhưng tôi chẳng thấy cảm động mấy.

Lưu ý 1 이 구조와 [Không ~ lắm]이 모두 낮은 정도를 나타내지만 [Không ~ lắm]은 형용사와 감정동사(yêu, thích, ghét, giận, đau, hiểu…) 와 같이 쓰이고 [Không / chẳng ~ mấy]는 모든 서술어와 같이 쓰일 수 있다.

Lưu ý 2 동사 뒤에 'được'을 붙여서 얼마 못함의 뜻을 나타낸다.

Ví dụ Có nhiều bài tập nhưng nó chẳng làm được mấy.

Trèo lên cây hái táo nhưng nó chẳng hái được mấy. (hái: 따다)

Lưu ý 3 문장의 술어가 감정형용사 (vui, buồn, hạnh phúc, bất hạnh 등)가 아닐 경우 mấy 대신 bao nhiêu를 사용할 수 있다.

Ví dụ Mùa mưa nên tiến độ công trình không tiến triển bao nhiêu.
(tiến độ: 진도, công trình: 큰 건축공사, tiến triển: 진도 나가다, 호전하다)

Điện thoại này nhìn có vẻ sang trọng nhưng thực ra không đắt bao nhiêu.

Không / chẳng + 서술어 + mấy **11**

Bài luyện | 연습문제

Hãy dịch các câu sau đây sang tiếng Việt, sử dụng cụm từ 'không/chẳng ~ mấy

1 그를 용서해요. 그의 잘못이 별로 심각하지 않잖아요. (용서하다: tha thứ)

2 요즘 경기가 어려워서 물건을 얼마 못 팔아요. (경기/ 경제 상황: tình hình kinh tế)

3 운동을 아주 열심히 했는데 살이 얼마 안 빠졌어요.

4 올해 가뭄이 심해서 고구마와 옥수수를 얼마 수확 못했어요.
(가뭄: hạn hán, 고구마: khoai, 옥수수: ngô, 수확하다: thu hoạch)

5 나의 베트남어 수준이 여전히 얼마 향상되지 않았아요. (향상되다: tiến bộ)

Đáp án | 답안

1 Tha thứ cho anh ấy đi. Lỗi của anh ấy không nghiêm trọng lắm mà.
2 Dạo này tình hình kinh tế khó khăn nên chẳng bán được hàng mấy.
3 Chăm tập thể dục lắm mà chẳng gầy đi mấy
4 Năm nay hạn hán nặng nên không thu hoạch được bao nhiêu khoai và ngô.
5 Trình độ tiếng Việt của tôi vẫn chưa tiến bộ bao nhiêu.

12 동사/절/문장 + làm gì

1 **[동사/절/문장 + làm gì]**: '뭐하러 ~합니까?'

'Làm gì'는 구어체의 문미에서 쓰이며 <원하지 않는, 하지 말아야 하는, 할 필요가 없는> 이라는 부정의 뜻을 나타낸다.

Ví dụ

A: Cuối tuần này gia đình mình đi xem lễ hội pháo hoa sông Hàn đi!
(pháo hoa: 불꽃)

B: Ở đấy người đông như kiến. Đi làm gì. (kiến: 개미)
(Không muốn đi hoặc không nên đi)

Chồng em giàu vậy thì em đi làm làm gì. (Em không cần đi làm)

Trời râm thế này. Em bôi kem chống nắng làm gì. (trời râm: 그늘이 져 있다, bôi: 바르다)
(Em không cần bôi kem chống nắng.)

2 **[cần gì phải + 동사?]**

무슨 필요로 동사하겠습니까? / 뭐하러 동사합니까? (~할 필요가 없다)

이 구조는 어떠한 일을 할 필요가 없음을 뜻하며 주로 구어체에서 사용된다.

상황에 따라 'không cần ~' / 'không cần phải ~'보다 부정의미가 강조된다.

Ví dụ

Học sinh xuất sắc như em thì cần gì phải lo ra trường thất nghiệp?
(xuất sắc: 탁월한, 우수한)

Trời nắng mà. Cần gì phải mang ô?

Bài luyện | 연습문제

Sử dụng 'làm gì' hoặc 'cần gì phải' cho phù hợp để viết lại các câu sau đây bằng tiếng Việt.

1 이런 경우는 A/S센터에 가져가면 돼요. 뭐하러 돈 주고 고치려고 그래요?
(A/S 센터: trung tâm bảo hành, 돈 주고 고치다: mất tiền sửa)

2 뭐하러 또 물어요? 어차피 그가 거절할 텐데. (어차피 주어가 ~: đằng nào chủ ngữ cũng ~)

3 그 애가 고집이 심해요. 뭐하러 그 애를 설득해요? (고집이 세다: cố chấp, 설득하다: thuyết phục)

4 마음에 안 드는데 뭐하러 좋아하는 척해요? (~하는 척하다: giả vờ/ giả bộ ~)

5 뭐하러 아이디어를 내요? 어차피 상사가 자기 마음대로 할 텐데.
(아이디어를내다: đưa ra ý tưởng, 자기 마음대로 하다: làm theo ý mình)

Đáp án | 답안

1 Trong trường hợp này thì chỉ cần mang đến trung tâm bảo hành là được. Cần gì phải mất tiền sửa?
2 Hỏi lại làm gì? Đằng nào anh ấy cũng sẽ từ chối.
3 Nó cố chấp lắm. Thuyết phục nó làm gì?
4 Không thích thì cần gì phải giả vờ thích?
5 Đưa ra ý tưởng làm gì? Đằng nào sếp cũng làm theo ý mình.

13 Câu. Ngoài ra, (주어) còn/cũng 서술어 (nữa).
Ngoài A ra (thì) 주어 còn/cũng B (nữa).

1 (a). [Câu. Ngoài ra, (주어) còn/cũng 서술어 (nữa)].
(b). [Câu. Ngoài ra, (주어) lại 서술어 (nữa)].

문장. '그 외에 주어가 또한 ~하다'.

'Ngoài ra'는 주요 내용을 담는 앞 문장과 보충적인 내용을 담는 뒷 문장을 연결해 주는 접속사다. (b)번은 주로 두 문장이 부정적인 내용을 담을 경우만 사용된다.

> **Ví dụ**

Muốn vào đại học danh tiếng thì phải học thật giỏi. Ngoài ra, còn cần một chút may mắn nữa. (danh tiếng: 명문)

Em không nên lấy anh ta. Anh ta học vấn thấp, chỉ mới tốt nghiệp lớp 12. Ngoài ra, gia đình anh ta lại hoàn cảnh nữa.
(học vấn: 학벌, hoàn cảnh: 형편/ 형편이 안 좋다)

Công việc của đầu bếp yêu cầu sự tỉ mỉ và tinh tế. Ngoài ra, công việc này cũng cần tính sáng tạo và thể lực tốt nữa.
(đầu bếp: 요리사, sự tỉ mỉ: 정밀함, tinh tế: 섬세한, tính sáng tạo: 창의성, thể lực: 체력)

2 [Ngoài A ra (thì) 주어 còn/cũng B (nữa)].

'A 이외에 주어가 또한 B하다'

이 구조는 (1)번과 같은 뜻을 나타내지만 두 문장이 아닌 한 문장으로 합쳐진 표현 방식이다.

> **Ví dụ**

Ngoài chất đạm ra, những người gầy cũng cần bổ sung thêm chất béo nữa.
(chất đạm: 단백질, bổ sung: 보충하다, chất béo: 지방질)

Ngoài thuốc lá ra, bố tôi còn nghiện cà phê nữa. (nghiện: 중독되다)

Ngoài làm từ thiện ra, bà ấy còn kêu gọi quyên góp để giúp đỡ người dân vùng thiệt hại do lũ nữa.
(làm từ thiện: 자비를 베풀다, kêu gọi: 동참을 촉구하다/ 호소하다, quyên góp: 모금하다, thiệt hại: 피해)

Câu. Ngoài ra, (주어) còn/cũng 서술어 (nữa). Ngoài A ra (thì) 주어 còn/cũng B (nữa). 13

Bài luyện | 연습문제

Sử dụng 'ngoài ra' hoặc 'ngoài ~ còn/cũng ~' để viết lại các câu sau đây bằng tiếng Việt.

1 제 남편은 매우 자상해요. 그 외에 능력도 좋고 집안일도 잘해요. (자상하다: tình cảm)

2 이 환자에게 꽃가루 알레르기 말고 다른 알레르기가 뭐 있어요?
(알레르기: bị dị ứng, 꽃가루: phấn hoa)

3 그녀의 매끄러운 피부의 비결은 수분크림을 열심히 바르는 것입니다. 그 외에 그녀는 또한 피부과를 일주일 한 번 다니기도 해요.
(매끄러운: mịn màng, 비결: bí quyết, 수분크림: kem dưỡng ẩm, 피부과: spa)

4 나의 인생 목표는 전세계 여행을 다니는 것이다. 그 외에 나는 나에게 소중한 사람들을 행복하게 해주고 싶다. (인생: cuộc đời, 소중한 사람: người thân)

5 Vin그룹은 부동산 이외에 자동차 생산분야에도 투자한다. (분야: lĩnh vực)

Đáp án | 답안

1. Chồng tôi tình cảm lắm. Ngoài ra, anh ấy còn có năng lực tốt và làm việc nhà giỏi.
2. Ngoài bị dị ứng phấn hoa ra thì bệnh nhân này còn bị dị ứng gì nữa không?
3. Bí quyết có làn da mịn màng của cô ấy là chăm chỉ bôi kem dưỡng ẩm. Ngoài ra, cô ấy còn đi spa một tuần một lần.
4. Mục tiêu của cuộc đời tôi là đi du lịch toàn thế giới (또는 vòng quanh thế giới). Ngoài ra, tôi còn muốn làm cho những người thân của mình hạnh phúc.
5. Ngoài bất động sản thì tập đoàn VinGroup còn đầu tư vào lĩnh vực sản xuất xe hơi.

14 Được / được phép + 동사.
Không được / không được phép + 동사.

1 [Được / được phép + 동사]

동사 앞에 'được'이 쓰이면 수동태가 되는 경우가 대부분이지만 상황에 따라 [được / được phép + 동사]는 어떤 행위가 상황이나 규정, 규칙, 관례상 가능하거나 허락됨을 나타낼 수 있다. 한국어로 '~할 수 있다', '~하게 되다'로 해석된다.

> **Ví dụ**

Được mang máy tính vào phòng thi. (phòng thi: 시험장)
Được làm theo ý thích của mình. (ý thích: 취향)
Chỉ nhân viên được phép ra vào khu vực này.

2 [Không được / không được phép + 동사]

이 구조는 어떤 행위가 상황이나 규정, 규칙, 관례상 불가능하거나 허락되지 않음을 나타내며 한국어 '~하면 안 되다', '~해서는 안 되다'로 해석된다.

> **Ví dụ**

Hôm qua tôi phải trông con, không được ngủ cả đêm. (cả đêm: 밤새)
Không được quay cóp khi thi. (quay cóp: 커닝)
Không được phép làm việc riêng trong giờ làm việc. (việc riêng: 개인 일)
Một khi đã ký vào bản cam kết thì không ai được phép tự ý làm trái các điều khoản.
(một khi đã + V: 동사하는 한, ký: 서명하다, bản cam kết: 서약서, tự ý: 제멋대로, làm trái: 어기다, điều khoản: 조항)

Được / được phép + 동사. Không được / không được phép + 동사. **14**

Bài luyện | 연습문제

Hãy viết lại các câu sau đây bằng tiếng Việt.

1 예전부터 지금까지 누구도 조직의 내규를 어겨서는 안 된다. (조직: tổ chức, 내규: nội quy)

....

2 집계약 기간이 다 됐지만 우리는 집주인에게 돈을 좀 주어서 2개월 더 살 수 있게 됐어요.

....

3 베트남에서 옛날에 여자와 남자가 같은 식탁에 앉아 식사할 수 없었다.
(옛날: ngày xưa, 같은 책상/ 같은 식탁: cùng bàn)

....

4 할아버지가 고혈압이 있어서 맵고 짠 음식을 드시면 안 돼요. (고혈압: cao huyết áp)

....

5 (자식에게) 네가 어른의 말을 끊으면 안 된다. 알았지? (말을 끊다: ngắt lời)

....

Đáp án | 답안

1. Từ trước tới giờ không ai được phép làm trái nội quy của tổ chức.
2. Hết hạn hợp đồng thuê nhà rồi nhưng chúng tôi đưa thêm tiền cho chủ nhà nên được ở/sống thêm 2 tháng.
3. Ở Việt Nam, ngày xưa phụ nữ (đàn bà) không được ngồi ăn cùng bàn với đàn ông.
4. Ông bị cao huyết áp nên không được ăn món cay và mặn.
5. Con không được phép ngắt lời người lớn. Nhớ chưa?

15. Có được + 형용사/부사 + không?
Không được + 형용사/부사.

1. ['có được' + tính từ / phụ từ + 'không'?]

(thường là các tính từ hoặc phụ từ mang ý nghĩa tích cực)

이 의문형은 내심 긍정 답변을 기대하거나(평서문 + 츄? 와 비슷함) 혹시나 긍정 답변이 안 나올까봐 조심스럽게 물을 때 쓰인다.

Ví dụ

Môi trường sống ở đó có được thoải mái không? (môi trường: 환경)

Dạo này, công việc làm ăn có được thuận lợi không? (thuận lợi: 순조로운, 유리한)

Quan hệ giữa chị và mẹ chồng có được tốt không?

2. ['Không được' + tính từ / phụ từ]

(thường là các tính từ hoặc phụ từ mang ý nghĩa tích cực)

이 부정형은 안 좋은 상황에 대해서 아쉽거나 조심스러운 색채를 띤다.

Ví dụ

Gần đây, sức khỏe của ông không được tốt lắm.

Tay nghề của các công nhân Trung Quốc không được thuần thục.
(tay nghề: 일솜씨, thuần thục: 능숙하다)

Có được + 형용사/부사 + không? Không được + 형용사/부사.

Bài luyện | 연습문제

Sử dụng [không được + tính từ/phụ từ] hoặc [được + tính từ/phụ từ + không] để dịch các câu sau đây sang tiếng Việt.

1 저는 언니가 선물해준 화이트닝 크림을 발랐는데 효과가 별로 없네요.
(화이트닝 크림: kem làm trắng)

2 이 집은 지은 지 오래되어서 별로 견고하지 않네요. (견고하다: vững chãi/ kiên cố)

3 오빠가 이 옷을 입으니 어려 보이지 않네요.

4 형네 집안 분위기가 화목해요? (분위기/공기: không khí, 화목하다: hòa thuận)

5 회사가 막 설립되었기 때문에 아직 안정되지 않았어요. (설립하다: thành lập, 안정되다: ổn định)

Đáp án | 답안

1. Em đã bôi kem làm trắng mà chị tặng em rồi nhưng không được hiệu quả lắm.
2. Nhà này xây lâu rồi nên không được vững chãi lắm.
3. Anh mặc bộ đồ này nhìn không được trẻ trung.
4. Không khí trong gia đình anh có được hòa thuận không?
5. Công ty mới thành lập nên (mọi thứ) chưa được ổn định.

16 Không + 동사 + nổi. Không thể + 동사 + nổi. Làm sao mà + 동사 + nổi.

1 **['Không' + động từ + 'nổi']**: ~할 수 없다 / ~못하다
['Không thể' + động từ + 'nổi']: ~할 수 없다 / ~못하다
['Làm sao mà' + động từ + 'nổi']: ~어떻게 할 수 있겠어요?

이 구조는 불가능함을 나타낸 ['không thể' + 동사] 또는 ['không' + 동사 + 'được']과 뜻이 같지만 너무 어렵거나 힘들어서 못한다는 의미도 포함된다.

> **Ví dụ**

Đối phương quá mạnh nên đội Việt Nam đã không thể thắng nổi.
(đối phương: 상대방, thắng: 이기다)

Sức của tôi không thể chống lại nổi 3 người. (sức: 힘, chống lại: 저항하다/상대하다)

Đường phố bị ngập nặng thế này thì làm sao mà đi nổi. (bị ngập: 물에 잠기다)

2 **['Không' + động từ + 'xuể']**: ~할 수 없다 / ~못하다
['Không thể' + động từ + 'xuể']: ~할 수 없다 / ~못하다
['Làm sao mà' + động từ + 'xuể']: 어떻게 ~할 수 있겠어요?

이 구조는 불가능함을 나타낸 ['không thể' + 동사] 또는 ['không' + 동사 + 'được']과 뜻이 같지만 너무 많아서 못한다는 의미도 포함된다.

> **Ví dụ**

Trong nhà tích trữ nhiều bánh kẹo đến nỗi không ăn xuể.
(tích trữ: 축적하다, bánh kẹo: 과자, đến nỗi ~: ~할 정도로)

Tiền nhiều thế thì làm sao mà đếm xuể. (đếm: 세다)

Bao nhiêu là việc nhà dồn lại cho nên một mình tôi không thể làm xuể.
(dồn lại: 쌓이다)

Không + 동사 + nổi. Không thể + 동사 + nổi. Làm sao mà + 동사 + nổi. **16**

3 ['không thể nào' + động từ + 'nổi / được']
['không tài nào' + động từ + 'nổi / được']
'도저히 ~할 수 없다'

이 구조는 'không thể ~ được'을 강조하는 절대부정형태다.

> **Ví dụ**

Anh ấy dứt khoát đến nỗi tôi không thể nào ngăn nổi anh ấy.
(dứt khoát: 단호하다, ngăn: 막다/말리다)

Không tài nào hiểu được người như cô.

Đã 20 năm trôi qua kể từ ngày ấy nhưng tôi vẫn không tài nào tha thứ được cho anh ấy. (trôi qua: 시간이 지나다, kể từ ~: ~이후부터, ~이래로)

○ Tham khảo thêm.

Không thể nào như vậy được. (절대 그럴 수 없다, 절대 그럴 리가 없다)

Bài luyện | 연습문제

Sử dụng 'không ~ nổi' hoặc 'không ~ xuể' để viết lại các câu dưới đây bằng tiếng Việt.

1 그 병은 희귀질병이라 잘 고치는 의사도 구할 수 없어요. (희귀질병: bệnh hiếm gặp)

2 피부가 여드름이 너무 많아서 화장품으로 다 가릴 수 없다. (여드름: mụn trứng cá, 가리다: che)

3 일이 이렇게 많은데 제가 혼자서 어떻게 감당할 수 있겠습니까? (감당하다: cáng đáng)

4 그 사람의 정신 세계가 너무 이상해요. 나는 도저히 그를 이해할 수 없어요.
(정신/ 정신세계: thần kinh, 이상한: kỳ lạ)

5 관객이 너무 많이 몰려들어서 중앙운동장으로도 다 수용할 수 없다.
(관객: khán giả, 몰려들다: kéo đến, 수용하다: chứa)

Đáp án | 답안

1. Bệnh đấy là bệnh hiếm gặp nên bác sĩ giỏi cũng không cứu nổi.
2. Da bị nhiều mụn trứng cá quá nên mỹ phẩm cũng không thể che nổi.
3. Công việc nhiều thế này thì một mình tôi làm sao cáng đáng xuể.
4. Thần kinh của người đó kỳ lạ quá. Tôi không tài nào hiểu nổi người đó.
5. Quá nhiều khán giả kéo đến cho nên sân vận động trung tâm cũng không thể nào chứa nổi.

Cho 의 용법1

'cho'는 다양한 뜻과 용법이 있다.
우리가 초-중급에서 배웠던 동사와 전치사 외에도 다음과 같은 몇가지 용법이 더 있다.

1 [danh từ 1 + '(dành) cho' + danh từ 2]: 명사 2를 위한 명사 1

Ví dụ

Theo tôi thì các thành phố lớn cần phải xây thêm nhiều công trình công cộng dành cho người dân.

Chính phủ dành nhiều ngân sách cho chương trình thanh niên khởi nghiệp.
(ngân sách: 예산, khởi nghiệp: 창업)

Loại xe đạp này không dành cho người nghiệp dư mà chỉ dành cho dân chuyên nghiệp. (nghiệp dư: 아마추어, chuyên nghiệp: 전문적인/ 전문의/ 프로)

2 [Sao cho + 서술어]: ~하도록, ~하게끔

'Sao cho'가 달성하거나 이루고자 하는 목표를 가리키기 위해 사용된다.

Ví dụ

Chúng tôi sẽ cố gắng sao cho có thể hoàn thành dự án đúng thời hạn.
(hoàn thành: 완성하다, dự án: 프로젝트)

Cắt bớt chiều dài ống quần sao cho vừa với tôi nhé!
(cắt bớt: 잘라서 줄이다, chiều dài: 길이, ống quần: 바지통)

Điều chỉnh phạm vi quy hoạch sao cho hài hòa với cảnh quan xung quanh.
(điều chỉnh: 조절하다/조정하다, phạm vi: 범위, quy hoạch: 건축개발, hài hòa: 조화/조화를 이루다)

Bài luyện | 연습문제

Sử dụng 'cho' / 'sao cho' để viết lại các câu sau đây bằng tiếng Việt.

1 이곳은 장애인을 위한 주차 공간입니다.
(장애인: người khuyết tật, 주차 공간: chỗ đỗ xe / chỗ đậu xe)

2 정부에서 자전거 전용 도로를 만들 계획을 추진하고 있다.
(전용: dành cho / dành riêng cho, 추진하다 / 전개하다: triển khai)

3 이것은 이번 분기에 우수한 성적을 달성한 사람을 위한 상입니다.
(분기: quý, 우수한: ưu tú, 상: phần thưởng)

4 교육부에서 모든 학생이 중학교까지 무상교육을 받을 수 있도록 새로운 정책을 마련하고 있습니다.
(교육부: bộ giáo dục, 중학교: phổ thông cơ sở/ cấp 2, 무상교육: miễn học phí, 정책: chính sách, 공식 문서 따위를 작성하다: soạn thảo)

5 결혼식은 양가 모두 서운하지 않도록 철저히 준비해야 한다.
(결혼식: đám cưới, 서운하다: buồn lòng, 철저히/ 꼼꼼하세: kỹ lưỡng)

> **Đáp án | 답안**

1 Đây là chỗ đỗ xe dành cho người khuyết tật.
2 Chính phủ đang triển khai kế hoạch làm đường dành cho xe đạp.
3 Đây là phần thưởng dành cho người đạt thành tích ưu tú trong quý này.
4 Bộ giáo dục đang soạn thảo chính sách mới sao cho tất cả học sinh đều được miễn học phí đến hết phổ thông cơ sở.
5 Đám cưới phải chuẩn bị kỹ lưỡng sao cho gia đình hai bên đều không buồn lòng.

Cho 의 용법 2

다음 경우는 'cho'가 'để'와 같은 역할로 '~하기 위해'의 의미이다.

1 [động từ + 'cho' + tính từ]: '~하기 위해 동사하다'

(tính từ mang tính tích cực)

Ví dụ

Anh ngồi đây một mình làm gì? Cùng chơi với chúng tôi cho vui.

Mọi người vào phòng máy lạnh cho mát. Ở ngoài nóng lắm.

Xu hướng hiện nay là người ta thường dùng đèn led cho tiết kiệm điện.
(xu hướng: 경향/ 트렌드)

2 [động từ + 'cho đỡ' + tính từ]

(tính từ mang tính tiêu cực)

이 구조는 행동을 함으로써 부정적인 의미의 정도를 줄이는 것을 의미하며 '~를 덜하기 위해' 또는 '~하지 않기 위해'로 해석된다.

Ví dụ

Che mặt đi cho đỡ xấu hổ. (che mặt đi: 얼굴을 가리다, xấu hổ: 창피하다, 부끄럽다)

Ăn cái gì đi cho đỡ đói.

Tớ sắp kiệt sức rồi. Ngồi nghỉ một tí cho đỡ mệt đã rồi hãy chạy tiếp.
(kiệt sức: 지치다)

(V1 đã rồi hãy V2: 우선 행위1를 하고 나서 행위2를 해라, 행위1를 했다가 행위2를 해라)

3 [động từ + 'cho' + mệnh đề] (trường hợp này có thể thay 'cho' bằng 'để')
'~하기 위해 동사하다'

Ví dụ

Em hộ chị trông nhà một lát cho (hoặc 'để') chị đi khám bệnh nhá.

Cháo còn nóng lắm. Chờ cho cháo nguội đã rồi hãy ăn. (nguội: 식다)
(chờ cho + 절: ~하기 위해 기다리다, ~할 때까지 기다리다)

Bài luyện | 연습문제

Sử dụng 'cho' để viết lại các câu sau đây bằng tiếng Việt.

1. 가장 좋은 방법은 서로에게 방해되지 않기 위해 각자가 방 하나씩을 쓰는 것이다.
   (가장 좋은 방법은 ~다: tốt nhất là ~, 서로에게 방해되다 / 영향을 주다: ảnh hưởng đến nhau)

2. 기억하기 쉽게 3가지로 나눠요. (3가지로 나누다: chia làm 3 loại)

3. 슬픔을 덜기 위해 친구와 수다 떨어요. (수다떨다: buôn chuyện / tán gẫu)

4. 편하게 보기 위해 자료를 출력하여 사람들에게 나눠주세요.
   (편하게 보다: tiện xem, 자료: tài liệu, 출력하다: in, 나누다 / 배분하다: phát)

5. 아버지가 아직 화가 나 계세요. 우선 아버지가 진정하실 때까지 기다렸다가 이어서 논의합시다!
   (진정하다: bình tĩnh (lại), 논의하다 / 상의하다: bàn / bàn bạc)

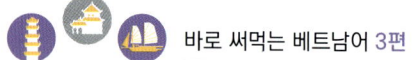

Đáp án | 답안

1 Tốt nhất là mỗi người một phòng cho đỡ ảnh hưởng tới nhau.   (tới = đến)
2 Chia làm 3 loại cho dễ nhớ.
3 Buôn chuyện với bạn cho đỡ buồn.
4 In rồi phát tài liệu cho mọi người cho tiện xem nhé.
5 Bố vẫn còn giận lắm. Chờ cho bố bình tĩnh lại đã rồi hãy bàn tiếp.

19 Không gì / Không đâu / Không ai + 서술어 + bằng A. Hơn cả

1 [Không gì + 서술어 + bằng A]: A만큼 ~한 것이 없다.
[Không đâu + 서술어 + bằng A]: A만큼 ~한 곳이 없다.
[Không ai + 서술어 + bằng A]: A만큼 ~한 사람이 없다.
[Không + 명사 + nào + 서술어 + bằng A]: A만큼 ~한 명사가 없다.

이 구조들은 절대적으로 비교하기 위해 부정사 및 의문대명사 형태로 사용된다.

> **Ví dụ**

Không gì quý bằng độc lập, tự do. (Độc lập, tự do là quý nhất.)

Không đâu bình yên bằng quê tôi. (Quê tôi là bình yên nhất.)

Không ai chạy nhanh bằng vận động viên đó.
(Vận động viên đó chạy nhanh nhất)

Không ý tưởng nào sáng tạo bằng ý tưởng của anh Huy.
(Ý tưởng của anh Huy sáng tạo nhất.)

2 'Hơn cả' 의 쓰임

a. Giống 'nhất'

Tôi thấy làm theo phương án của em Nhung là tốt hơn cả.

Đối với người bị bệnh béo phì thì ăn kiêng và tập thể dục là phương pháp hiệu quả hơn cả. (bệnh béo phì: 비만, ăn kiêng: 다이어트 식단으로 먹다)

b. [A (còn) 서술어 hơn cả B]: 'A가 (심지어) B보다도 ~하다'.

비교 분야에서 이미 인정받거나 기준으로 삼게 된 B와의 비교를 통해 A의 우위를 강조한다.

Ví dụ

Nhân viên thực tập lần này còn làm tốt hơn cả nhân viên chính thức.

Mẹ tôi còn nấu ăn ngon hơn cả đầu bếp.

Em còn chín chắn và quyến rũ hơn cả tưởng tượng của anh.

(chín chắn: 성숙하다, quyến rũ: 매혹적인 / 유혹하다, tưởng tượng: 상상/상상하다)

Bài luyện | 연습문제

Sử dụng mẫu câu 'không ~ bằng A' hoặc 'hơn cả' để viết lại các câu sau đây bằng tiếng Việt.

1 우리회사에서 황 씨만큼 인정 많고 배려심 있는 사람이 없다.
(인정 많고 배려심 있는 / 주도면밀하다: chu đáo)

2 내 생각에는 멍청하고 고집이 센 사람과 이야기하는 만큼 불편한 것이 없어요.
(멍청하다: ngu dốt)

3 우리 회사만큼 성장속도가 빠른 회사가 없다. (성장속도: tốc độ tăng trưởng)

4 가족 내 갈등은 (심지어) 바깥일보다 해결하기가 어렵다.
(내부 갈등: mâu thuẫn nội bộ, 바깥일 / 대외일: đối ngoại)

5 베트남 대도시의 도시화 속도가 한국의 몇몇 도시보다도 빠르다. (도시화: đô thị hóa)

Không gì / Không đâu / Không ai + 서술어 + bằng A. Hơn cả

Đáp án | 답안

1. Ở công ty tôi, không ai chu đáo bằng anh Hoàng.
2. Theo tôi, không gì khó chịu bằng nói chuyện với một người vừa ngu dốt vừa cố chấp.
3. Không công ty nào có tốc độ tăng trưởng nhanh bằng công ty chúng tôi.
4. Giải quyết mâu thuẫn nội bộ gia đình còn khó hơn cả việc đối ngoại.
5. Tốc độ đô thị hóa của các thành phố lớn ở Việt Nam còn nhanh hơn cả một số thành phố của Hàn Quốc.

20 (chỉ) trừ + 명사
(chỉ) trừ + 동사/절

1 ['(chỉ) trừ' + danh từ]: ~만 빼고, ~만 제외하고

이 어구는 뒤에 오는 특정대상이 주 대상으로부터 제외됨을 표현하기 위해 사용된다. 이 경우 ngoại trừ도 chỉ나 chỉ trừ와 같은 뜻으로 사용 가능하다.

a. [Mệnh đề chỉ tính nhất quán, '(chỉ) trừ' ~]

일관성 / 주류의 대상의 뜻을 지닌 절, (chỉ) trừ + 예외 대상 / 예외 경우

Ví dụ

Tất cả tòa nhà trong khu bảo tồn này đều tượng trưng cho văn hóa Việt Nam, (chỉ) trừ tòa nhà mới xây đằng kia.
(khu bảo tồn: 보존구역, tượng trưng cho ~: ~를 상징하다)

Tất cả thanh niên Hàn Quốc đều phải thực hiện nghĩa vụ quân sự, (chỉ) trừ một số trường hợp đặc biệt. (nghĩa vụ quân sự: 군사의무, 병역의무)

b. [trừ / ngoài + 명사 1 + ra thì + 명사 2 + đều + 서술어]

명사1을 빼고 명사2는 모두 서술어하다. (명사1은 특정대상, 명사2는 주류 대상임)
이 구조는 a번과 같은 의미를 나타내지만 순서가 바뀐 방식이다.

Ví dụ

Ngoài tính hay quên ra thì nhìn chung, các mặt khác của cô ấy đều khá ổn.
(nhìn chung: 일반적으로 / 대체로, ổn: 괜찮은)
(= Nhìn chung các mặt khác của cô ấy đều khá ổn, chỉ trừ tính hay quên)

Trừ một số lần bất hòa ra thì hầu hết thời gian còn lại, vợ chồng tôi đều rất hòa thuận. (bất hòa: 불화하다, hầu hết: 거의, 대부분의)
(= Hầu hết thời gian còn lại, vợ chồng tôi đều rất hòa thuận, chỉ trừ một số lần bất hòa)

2 [Mệnh đề 1 + '(chỉ) trừ khi' + động từ / mệnh đề 2]

'동사 / 절2하지 않는 이상 절1하다'

'절1하다. 동사 / 절2하지 않는 이상'

- Mệnh đề 1: 일반적으로 부정형이나 부정적인 뜻을 가지며 거의 불가피한 상황을 담는다.
- Động từ / mệnh đề 2: 일반적으로 긍정형으로 표현되며 절1의 상황을 바꿀 수 있는 유일한 조건을 담는다.

Ví dụ

Tôi sẽ không bao giờ tha thứ cho kẻ phản bội như anh ta, trừ khi anh ta quỳ xuống van xin. (kẻ phản bội: 배신자, quỳ xuống: 무릎꿇다, van xin: 애원하다 / 싹싹빌다)

Rất khó để lật ngược tình thế lúc này, trừ khi xảy ra điều kỳ diệu.
(lật ngược: 역전하다 / 뒤집다, tình thế: 다소 치명적인 상황, điều kỳ diệu: 기적)

Bài luyện | 연습문제

Dùng 'trừ' hoặc 'chỉ trừ' để viết lại các câu dưới đây bằng tiếng Việt.

1 한 명만 제외하고 여기 있는 모든 사람이 다 제 방안을 찬성해요. (찬성하다: tán thành)

2 나는 업무가 좀 많은 것 빼고는 회사에 대해 아무 불만이 없다. (불만 / 불만족하다: bất mãn)

3 대기업에서 이 분야에 뛰어들지 않으면 우리 사업은 절대 망하지 않을 거야. (뛰어들다: nhảy vào)

4 제가 금요일 빼고 주중 다른 날은 모두 시간 됩니다.

5 우리 애는 울 때만 빼고 평상시는 매우 얌전해요. (아이가 착하다 / 얌전하다: ngoan)

Đáp án | 답안

1. Tất cả mọi người ở đây đều tán thành phương án của tôi, chỉ trừ một người.
2. Ngoài công việc hơi nhiều ra thì tôi không có bất mãn gì đối với công ty.
3. Công việc kinh doanh của chúng ta sẽ không bao giờ thất bại, trừ khi công ty lớn nhảy vào lĩnh vực này.
4. Trừ thứ sáu ra thì các ngày khác trong tuần tôi đều rảnh.
5. Con tôi ngoan lắm, chỉ trừ khi khóc.

21 Động từ + 'xem' + câu hỏi cơ bản

'~하는지 (한번) 동사해 보다'

'Xem' 뒤에 온 문장이 앞에 온 동사의 세부내용을 명확히 하기 위한 것이다. 이 문형은 상황에 따라 서술문 또는 권유문일 수 있다. 권유문일 경우 동사 앞에 'thử'를 붙여 같이 사용할 수 있다.
일반적으로 2가지 형태로 이루어진다.

1 [동사 + xem + 'có ~ (hay) không' 의문구조]

'~하는지 안 하는지 (한번) 동사해 보다.' / '~하는지 안 하는지 (한번) 동사해 보세요.'

Ví dụ

Anh thử hỏi phòng nhân sự xem tháng này có bị chậm lương không.

Tôi sẽ kiểm tra xem hệ thống điện có vấn đề gì hay không.

Anh Huấn ơi, nhờ anh vào trang bán vé kiểm tra xem còn vé đi Đà Nẵng ngày 23 tháng 2 không nhá! (trang: 웹사이트/ 페이지)

2 [동사 + xem + 의문사 의문문]

'무엇/어디/언제 등 ~하는지 (한번) 동사해 보다.'
'무엇/어디/언제 등 ~하는지 (한번) 동사해 보세요.'

Ví dụ

Anh thử dự đoán xem trận bóng tối nay, đội nào sẽ thắng. (dự đoán: 예상하다)

Để tôi gọi điện xem nó đang ở đâu.

Cảnh sát bắt đầu điều tra xem ai đã có mặt ở hiện trường vụ án vào hôm đó.
(hiện trường: 현장, vụ án: 범죄사건)

Chúng ta tạm xa nhau một thời gian xem thế nào. (tạm: 일시적/임시적으로)

Tôi nói như vậy để xem anh phản ứng thế nào thôi. (phản ứng: 반응/반응하다)

Bài luyện | 연습문제

Sử dụng cấu trúc [động từ + 'xem' + câu nghi vấn] để viết lại các câu sau đây bằng tiếng Việt.

1 내가 총 합쳐서 얼마인지 계산해볼게요. (총 합쳐서: tổng cộng)

2 여러분, 차에서 내리기 전에 뭐 빠뜨리고 내리는 게 없는지 (자기의) 자리를 다시 확인해 주시길 바랍니다. (극존칭의 '여러분': quý vị, 자리: chỗ ngồi, 빠뜨리다: để quên)

3 너와 나, 둘 중에 누가 더 힘이 센지 팔씨름을 해보자. (팔씨름: vật tay)

4 오빠, 어디서 이것(이 종류)을 파는지 좀 찾아 주세요.

5 너 몇등급이 나오는 지 한번 시험을 봐봐. 형은 네가 3급을 딸 가능성이 충분히 있다고 생각해.
(충분히 ~할 가능성이 있다: có đủ khả năng ~)

Đáp án | 답안

1 Để tôi tính xem tổng cộng tất cả là bao nhiêu tiền nhé.
2 Trước khi xuống xe, quý vị vui lòng kiểm tra lại chỗ ngồi của mình xem có để quên gì hay không.
3 Mày với tao thử vật tay xem ai khỏe hơn đi.
4 Nhờ anh tìm xem ở đâu bán loại này nhé!
5 Em thử đi thi xem có thể đỗ cấp mấy. Anh nghĩ em có đủ khả năng đỗ cấp 3.

22 동사 + mất / đi / được

동사 뒤에 'mất'을 붙이면 손해/결핍을, 'đi'를 붙이면 사라짐/ 줄어듦을 나타내고 'được'을 붙이면 더 얻음, 성과 있게 진행됨을 나타낸다. 즉, 동사와 결합시 'mất / đi'는 부정적인 색채를, 'được'은 긍정적인 색채를 띈다.

Ví dụ

Tôi quên mất tiền ở nhà rồi.

Tôi vừa để điện thoại ở đây lúc nãy. Quay đi một lúc thì người nào đã lấy mất rồi. (quay đi: 돌리다, 돌아서다)

Không gì buồn bằng việc mất đi những người thân yêu của mình.

Khi xem bộ phim giải trí nhẹ nhàng thì tôi có thể tạm quên đi những căng thẳng sau một ngày dài vất vả. (giải trí: 여가오락, nhẹ nhàng 가벼운/가볍게)

Em hãy sống thật với cảm xúc của mình, đừng giấu đi những suy nghĩ thật của mình. (cảm xúc: 감정, giấu: 숨기다)

Mẹ tôi mới mua được một bộ quần áo vừa rẻ vừa đẹp.

Bài kiểm tra nghe của môn ngoại ngữ khó thật, tuy nhiên tôi cũng nghe được khoảng 85%.

Có lấy được gì không?

Bài luyện | 연습문제

Sử dụng 'được, mất, đi' sau động từ để viết lại các câu sau đây bằng tiếng Việt.

1 삶에서 받기만 하는 것이 아니라 줄 줄도 알아야 한다.

2 우리가 많이 다니면 다닐수록 우리가 새롭고 유익한 것을 많이 배울 수 있다. (유익한: bổ ích)

3 과학자들은 수년간의 연구와 개발 끝에 드디어 암 치료약을 찾을 수 있었다.
(수년간 ~ 끝에: sau nhiều năm ~, 과학자: nhà khoa học, 치료하다: điều trị, 암: bệnh ung thư)

4 우리는 가족계획화 사업을 추진·적용한 이후 얻은 것도 있고 잃은 것도 있음을 인지하게 되었다.
(가족계획화: kế hoạch hóa gia đình, 인지하다: nhận thấy)

5 아쉽네요. 이 게임은 사람 4명이 필요한데 우리는 3명뿐이어서요. 1명이 부족해요. (게임: trò)

Đáp án | 답안

1 Trong cuộc sống không chỉ nhận mà còn phải biết cho đi.
2 Càng đi nhiều, chúng ta càng học hỏi được nhiều điều mới và bổ ích.
3 Sau nhiều năm nghiên cứu, phát triển thì cuối cùng các nhà khoa học đã tìm được một loại thuốc điều trị bệnh ung thư.
4 Sau một thời gian triển khai áp dụng chương trình kế hoạch hóa gia đình, chúng tôi nhận thấy có cả cái được và cái mất.
5 Tiếc quá. Trò này cần 4 người chơi mà chúng ta chỉ có 3 người. Thiếu mất một người.

23 Kịp 의 용법

'Kịp'은 허락되거나 정해진 시간에 늦지 않음을 뜻한다 (영어로 'in time'을 뜻함). 일반적으로 늦지 않지만 남은 시간이 많지 않거나 아주 적은 상황에 쓰인다.

1 Kịp giờ, kịp ngày, kịp thời hạn (= không muộn giờ, không muộn ngày, không muộn thời hạn)

시간 / 날짜 / 기한에 늦지 않다

시간 / 날짜 / 기한에 맞추다

Ví dụ

Phải đi nhanh mới kịp giờ tàu chạy.

A: Giờ chiếu phim là 7 giờ đúng đấy. Bây giờ là mấy giờ rồi?

B: 6 giờ 48. May quá, vẫn kịp giờ chiếu phim.

Tôi hy vọng phía công ty các anh sẽ đẩy nhanh sản xuất cho kịp thời hạn giao hàng. (đẩy nhanh: 앞당기다)

2 'Kịp' + động từ / động từ + 'kịp'

동사하는 데 늦지 않다, 시간상 ~할 수 있다.

Ví dụ

Bây giờ là 4 giờ. 5 giờ mới hết giờ đăng ký. Bây giờ đi nhanh thì vẫn kịp đăng ký.

May là chúng tôi vừa kịp lên xe trước giờ tàu chạy. (vừa kịp ~: 딱 ~할 시간에 맞추다)

Không cần phải vội thế đâu. Đi từ từ thì vẫn còn kịp mà.

Sáng nay ngủ dậy muộn, thế nên tôi chỉ kịp lấy cái áo khoác rồi ra khỏi nhà.

3 'Không kịp' + động từ: (시간이 부족하거나 너무 촉박해서) ~못 하다.

Ví dụ

Sáng nay dậy muộn quá nên không kịp ăn sáng mà đi làm luôn.

Ông nội ra đi bất ngờ quá, không kịp căn dặn con cháu điều gì.
(ra đi / qua đời / mất: 돌아가시다, căn dặn: 걱정하는 마음으로 거듭 당부하다)

Tự dưng cô ấy trách tôi vô tâm, quá đáng. Tôi còn chưa kịp hiểu điều gì đang diễn ra thì cô ấy đã bỏ ra ngoài. (trách: 책망하다, vô tâm: 무심하다, diễn ra: 벌어지다/펼치다, bỏ ra ngoài: 뭔가 마음에 안 들어서 나가다)

Bài luyện | 연습문제

Dùng 'kịp / kịp giờ / không kịp' để viết lại các câu sau đây bằng tiếng Việt.

1 두 시간 뒤에 출발하면 약속시간에 맞출 수 있을까?

_____

2 그가 지금 막 출발했다고 하네요. 저는 그가 (시간이 부족해서) 8시 전에 못 올까 봐 걱정이에요.

_____

3 (시간이 부족해서) 시험문제를 다 못 풀 줄 알았어. 다행히도 딱 종료시간에 끝냈어.
(딱 종료시간: đúng lúc hết giờ)

_____

4 내 남편은 병원일을 하면서 개인병원을 운영해요. 그는 날이면 날마다 (시간관계상) 와이프와 겨우 인사만 나누고 바로 출근해요. (개인병원: phòng khám tư/ bệnh viện tư)

5 그 이벤트회사는 우리의 새 지점의 개업 날짜를 맞추기 위해 밤낮없이 일하고 있어요.
(이벤트회사: công ty tổ chức sự kiện, 개업 날짜: ngày khai trương, 밤낮없이 일하다: làm ngày làm đêm)

 Đáp án | 답안

1 Hai tiếng sau xuất phát thì có kịp giờ hẹn không nhỉ?
2 Anh ấy bảo giờ mới bắt đầu đi. Tôi sợ rằng anh ấy không kịp đến trước 8 giờ.
3 Tưởng là không kịp làm hết bài thi. May mà làm xong bài đúng lúc hết giờ.
4 Chồng tôi vừa làm việc ở bệnh viện vừa điều hành phòng khám tư. Hôm nào anh ấy cũng chỉ kịp chào vợ 1 tiếng rồi đi làm ngay.
5 Công ty tổ chức sự kiện đó đang làm ngày làm đêm để kịp ngày khai trương chi nhánh mới của chúng ta.

24 Chịu 의 용법

1 'Chịu' + danh từ

단독 동사 'chịu'는 다음과 같이 여러 가지 뜻을 가지고 있다.

① 참다, 견디다, ② (책임, 불리함, 불이익, 피해 등) 감당하다 / 당하다, ③ (설득이나 매달림에) 받아들이다 / 승락하다, ④ (성에 차서) 받아들이다, ⑤ (스스로 능력이 안 돼서) 포기하다

Ví dụ

Tôi không thể chịu (đựng) được tính gia trưởng của chồng mình nữa.
(chịu đựng: 참다/견디다, tính gia trưởng: 가부장적인 면)

Em cứ tiến hành như vậy đi. Có gì anh sẽ chịu hoàn toàn trách nhiệm.
(tiến hành: 진행하다, hoàn toàn: 완전히/전적으로)

Tôi đã thuyết phục nhiều nhưng chị ấy vẫn không chịu.

Được rồi. Từ tháng này em sẽ phụ trách thêm việc dạy con học và đưa đón con nữa. Anh chịu chưa? (đưa đón: 데려다주고 데리러오다)

Anh có cách gì không? Tôi thì chịu (thua) rồi.

2 'Chịu' + động từ: 하기 싫거나 마음에 안 들지만 양보해서 동사하다, (성에 차서) 동사하다, (손해를 감안하고) 동사하다.

Ví dụ

Sau 1 tuần nịnh nọt thì vợ tôi đã chịu tăng tiền tiêu vặt từ tháng này.
(nịnh nọt: 아부하다, tiền tiêu vặt: 용돈)

Ông ấy có chịu trả nợ cho mình không?

Nếu tăng lương 30% và thăng chức lên phó giám đốc thì chị có chịu ở lại công ty không? (phó giám đốc: 부사장, ở lại: 남다/머무르다)

3 'Không chịu' / 'Vẫn không chịu' + động từ

양보하기 싫어서 ~하지 않다, 버텨서 ~하지 않다, 하기 싫어서 ~하지 않다.

> **Ví dụ**

Nói mãi mà con trai tôi vẫn không chịu lấy vợ.

Vợ tôi không chịu định cư ở Việt Nam vì lo khó thích ứng với môi trường mới và phải xa người thân, bạn bè. (định cư: 정착하다/ 영주하다, thích ứng: 적응하다)

Bài luyện | 연습문제

Dùng 'chịu' để viết lại các câu sau đây bằng tiếng Việt.

1. 우리는 당신을 법원에 고소할 거야. 당신이 배상하지 않는 이상.
   (법원에 고소하다: tố cáo ra tòa, 배상하다: bồi thường)

2. 저는 아무 잘못이 없어요. 왜 제가 억울함을 참아야 해요? (억울함: sự oan ức)

3. 수십 년간 부인했던 그 나라의 정부가 과거의 잘못을 몇 년 전에 인정했습니다.
   (수십년: nhiều thập kỷ, 부인하다: chối bỏ, 인정하다: thừa nhận, 잘못: sai lầm)

4. 명확하게 잘 설명했는데도 그 애는 여전히 이해하지 못하고 있어요. 아마 그애가 일부러 이해하지 않으려는 것 같아요. (명확하게 잘: rõ ràng, 일부러: cố tình)

5. 파트너 측은 4% 할인을 받아야만 비로소 우리와 계약을 체결한다고 제안했습니다.
   (할인: chiết khấu, 계약을 체결하다: ký hợp đồng)

Đáp án | 답안

1 Chúng tôi sẽ tố cáo anh ra tòa, trừ khi anh chịu bồi thường.
2 Tôi không có lỗi gì cả. Tại sao tôi lại phải chịu (sự) oan ức?
3 Sau nhiều thập kỷ chối bỏ thì vài năm trước, chính phủ nước đó đã chịu thừa nhận sai lầm trong quá khứ.
4 Giải thích rõ ràng rồi mà nó vẫn không chịu hiểu. Chắc là nó cố tình không hiểu.
5 Bên đối tác đề nghị phải được chiết khấu 4% thì mới chịu ký hợp đồng với chúng ta.

25. 주어 + có bao giờ + 동사 + không?
Có khi nào + 절 + không (nhỉ)?

1 [Chủ ngữ + 'có bao giờ' + động từ + 'không'?]
['Có bao giờ' + chủ ngữ + động từ + 'không'?]

이 형태의 의문문은 과거 현재 상관없이 행위(일반적으로 감정 관련) 여부를 묻기 위해 사용된다. 한국말로 '~할 때가 있어요?' 또는 '~할 때라도 있어요?'로 해석될 수 있다.

Ví dụ

Anh có bao giờ cảm thấy hối hận vì quyết định thôi việc không?
Có bao giờ anh cảm thấy hối hận vì quyết định thôi việc không?

Em có bao giờ ghét anh không? / Có bao giờ em ghét anh không?

Anh có bao giờ tự hỏi tại sao mọi người không ưa anh không?
(ưa: 좋아하다, 마음에 들다)
Có bao giờ anh tự hỏi tại sao mọi người không ưa anh không?

Lưu ý

과거부터 지금까지 어떤 행위를 해봤는지를 물을 때 쓰는 [đã bao giờ ~ chưa?]와 구별해야 한다.

2 ['có khi nào' + mệnh đề + 'không (nhỉ)'?]: '설마 ~하는 거 아니겠지?'

이 형태의 의문문은 (1)번과 같은 의미를 나타낼 수 있으나, 어떤 안 좋은 상황이 일어날까봐 걱정하며 질문할 때 주로 쓰인다. 이 문형을 사용하는 화자는 상대방에게 대답을 기대하기보다 혼잣말을 하는 경우(문미에 조사 'nhỉ' 추가)가 대부분이다.

바로 써먹는 베트남어 3편

> **Ví dụ**

Sao giờ vẫn không thấy trường đó thông báo kết quả nhỉ? Có khi nào mình bị rớt không nhỉ?

A: Chồng em dạo này cứ suốt ngày đi sớm về khuya. Không hiểu là có chuyện gì.
B: Có khi nào chồng em ngoại tình không? (ngoại tình: 외도하다)

Bài luyện | 연습문제

Sử dụng cấu trúc 'có bao giờ ~ không?' hoặc 'có khi nào ~ không' để viết lại các câu sau đây bằng tiếng Việt.

1 당신은 다른 사람 입장에서 생각해볼 때가 있어요?
(입장/지위: địa vị, 다른 사람 입장에서 생각하다: đặt mình vào địa vị của người khác để suy nghĩ)

....

2 설마 그 오빠가 나와 만나지 않으려고 일부러 바쁘다는 핑계를 댄 것은 아니겠지?
(핑계 대다: kiếm cớ)

....

3 언니는 누군가가 이유없이 싫을 때가 있어요? (N + 없이: mà không có + N)

....

4 설마 우리가 문을 안 잠근 거 아니겠지? (문을 잠그다: khóa cửa)

....

5 설마 내 비밀을 들킨 거 아니겠지? (들키다: bị lộ / bị bại lộ)

....

주어 + có bao giờ + 동사 + không? Có khi nào + 절 + không (nhỉ)?

📝 Đáp án | 답안

1. Có bao giờ anh đặt mình vào địa vị của người khác để suy nghĩ không?
2. Có khi nào anh ấy cố tình kiếm cớ bận việc để từ chối gặp mình (또는 để không gặp mình) không nhỉ?
3. Chị có bao giờ ghét ai đó mà không có lý do gì không?
4. Có khi nào mình quên khóa cửa nhà không?
5. Có khi nào bí mật của mình đã bị lộ không nhỉ?

바로 써먹는
베트남어

3편

고급 문법
& 작문

PART II

형용사의 부사화: 'một cách' + tính từ

두 글자 형용사 앞에 'một cách'을 사용하여 부사를 만든다. 이 부사구가 동사나 형용사를 수식해 주며 '~하게', '~스럽게', '~적으로'로 해석된다.

> **Ví dụ**
>
> Bố trí một cách hợp lý.
>
> Nói tiếng Việt một cách tự nhiên.
>
> Làm việc một cách hiệu quả.
>
> Xấu một cách khủng khiếp. (khủng khiếp: 끔찍하다/엄청나다)
>
> Nói một cách chính xác. Nói một cách dứt khoát. (dứt khoát: 단호하다)
>
> Tên trộm đó đã mở khóa cửa một cách dễ dàng.
>
> Người tiền sử đã biết sử dụng công cụ bằng sắt một cách thuần thục.
> (người tiền sử: 원시인, công cụ: 공구, thuần thục: 능숙하다)
>
> Đây là nơi công cộng. Anh làm ơn xử sự một cách có văn hóa chút đi.
> (xử sự: 처신하다 - behave)
>
> Tất cả đều im lặng một cách đáng sợ. (đáng sợ: 무서운)

> **Lưu ý**
>
> 대부분의 경우 반드시 형용사 앞에 'một cách'을 쓰지 않아도 동사를 수식할 수 있다. 단, 'một cách'을 사용하면 그 앞에 있는 피수식어의 성격이나 특성이 좀 더 강조된다.
>
> 즉, 'Bố trí một cách hợp lý'가 'Bố trí hợp lý'보다 '합리적'이라는 특성이 더 강조된다.

형용사의 부사화: 'một cách' + tính từ **26**

Bài luyện | 연습문제

Sử dụng 'một cách' để viết lại các câu sau đây bằng tiếng Việt.

1 정확히 말하면 저는 이곳에서 관리자일 뿐이지 주인이 아닙니다.

2 사과하는 방법이 여러 가지 있으나 어떻게 하면 진심 있게 사과할 수 있을까요? (진심 있게: một cách chân thành, 사과: lời xin lỗi, 어떻게 하면 동사할 수 있어요?: Làm thế nào để V?)

3 세미나 프로그램의 항목들이 대학생들을 더 잘 맞이하도록 꼼꼼하게 잘 준비되었습니다.
(세미나: hội thảo, 항목: hạng mục, 맞이하다: đón tiếp, 꼼꼼하게: kỹ lưỡng)

4 간단하게 이해하자면 'VR'이란 가상현실을 뜻합니다. (가상현실: thực tế ảo)

5 제가 화학물질을 안전하게 사용하는 방법을 안내하겠습니다. (화학물질: hóa chất)

Đáp án | 답안

1. Nói một cách chính xác thì tôi chỉ là người quản lý ở đây thôi chứ không phải là chủ.
2. Có nhiều cách xin lỗi khác nhau nhưng làm thế nào để nói lời xin lỗi một cách chân thành?
3. Các hạng mục trong chương trình hội thảo đã được chuẩn bị kỹ lưỡng để đón tiếp các sinh viên một cách tốt hơn.
4. Hiểu một cách đơn giản thì 'VR' có nghĩa là 'thực tế ảo'.
5. Tôi sẽ hướng dẫn cách sử dụng hóa chất một cách an toàn.

Danh hóa động từ 1.(동사의 명사화 1)
'Việc / sự' + động từ

1 'Việc' + động từ

'Việc'은 과정, 행동을 가리키는 동사 앞에 쓰여 명사를 만든다.

> Việc mua, việc bán, việc dọn nhà, việc làm vườn, việc khóa cửa trước khi ra khỏi nhà, việc chào hỏi người lớn v.v.

또한 việc은 두 음절의 합성어로 이루어져 포괄적인 의미를 가지는 행동동사, 또는 절 앞에 쓰여 명사를 만든다.

> Việc nghỉ ngơi, việc chờ đợi, việc tiêu dùng, việc nhờ vả, việc mua sắm v.v.
> Anh làm ơn giữ bí mật về việc chúng ta cùng học chung trường.

2 'Sự' + động từ

'Sự'은 두 음절의 감정동사, 추상적인 동사, 자동사 앞에 쓰여 명사를 만든다.

> Sự hài lòng (마음에 듦), sự chán ghét (미움), sự gian dối (거짓), sự cố gắng (노력), sự chăm sóc (보살핌), sự ngạc nhiên (놀라움), sự tiến bộ (진전), sự giúp đỡ (도움), sự lo lắng (걱정), sự sợ hãi (두려움), sự thương hại (동정), sự tha thứ (용서) v.v.

또한 'sự'은 말하는 동작을 통해 표출하는 동사와 결합하여 명사를 만든다.

> sự phản bác (반박), sự đồng ý (동의), sự biện minh (변명), sự tranh cãi (논쟁), sự xúc phạm (모욕)

또한 방향성이 있는 움직임을 나타내는 두 음절 이상의 동사와 결합할 수 있다.

> Sự ra đi (떠남), sự trở về / sự quay trở lại (귀환)

Danh hóa động từ 1.(동사의 명사화 1) 'Việc / sự' + động từ

Bài luyện | 연습문제

Chọn 'việc' hay 'sự' để danh hóa các động từ trong các câu sau đây.

1 Người Đức vốn nổi tiếng thế giới bởi (sự / việc) nghiêm túc, cẩn thận.
(vốn/vốn lẽ: 원래, bởi ~: ~로/~때문에, nghiêm túc: 진지하다/엄격하다

2 (Việc / sự) học tập sẽ mang lại nhiều lợi ích cho cuộc sống sau này của chúng ta.
(lợi ích: 이익, mang lại: 가져오다)

3 Chúng ta phải tạo ra (việc / sự) khác biệt trong chiến lược bán hàng so với các công ty khác. (chiến lược: 전략, khác biệt: 차이가 있는, tạo ra: 창조하다/만들다/조성하다)

4 Đừng nhầm lẫn giữa (sự / việc) thông cảm và (sự / việc) thương hại nhé!
(thương hại: 동정하다, nhầm lẫn: 헷갈리다)

5 Trong cuộc họp ngày hôm nay, chúng ta sẽ cùng bàn luận về (việc / sự) nên sắp xếp lại bộ máy tổ chức như thế nào. (bộ máy tổ chức: 조직구조, sắp xếp lại: 재구성하다)

Đáp án | 답안

1 sự 2 việc 3 sự
4 sự, sự 5 việc

28. Danh hóa động từ 2.(동사의 명사화 2)
'câu / lời / chuyến' + 동사

(1) 'câu, lời' + động từ

'câu' 또는 'lời'가 말하는 행위를 가리키는 동사와 결합하여 명사를 만든다.

> Câu nói, câu hỏi, câu trả lời, câu hát, lời nói, lời cảm ơn, lời xin lỗi, lời thì thầm (귓속말), lời căn dặn (되풀이 하는 충고, 거듭 당부하는 말), lời than thở (투덜거리는 말, 탄식하는 말) v.v.

(2) 'cuộc' + động từ

'cuộc'은 여러 명이 참여하는 행동의 과정을 가리키는 동사 앞에 쓰여 명사를 만든다.

> Cuộc sống, cuộc gặp (mặt), cuộc họp, cuộc hội thảo, cuộc hội ngộ / cuộc đoàn tụ (재회, 상봉), cuộc cãi nhau, cuộc thảo luận, cuộc thương lượng / cuộc thỏa thuận (협상), cuộc chiến (tranh), cuộc liên hoan, cuộc trao đổi (교환), cuộc giao lưu (교류), cuộc nói chuyện (대화, 간담회)

(3) 'chuyến' + động từ

'chuyến'은 비교적 시간이 길거나 거리가 먼 이동을 가리키는 동사 앞에 쓰여 명사를 만든다.

> Chuyến đi, chuyến du lịch, chuyến công tác, chuyến thăm, chuyến tham quan

그 외에, 'chuyến'은 교통수단의 한 차례의 이동, 또는 이동편을 가리키다.

> Chuyến tàu, chuyến xe buýt, chuyến bay, chuyến sáng, chuyến chiều, chuyến đêm

Bài luyện | 연습문제

Điền 'lời / câu / cuộc / chuyến' vào chỗ trống trong các câu dưới đây sao cho thích hợp.

1 Tổng thống Hàn Quốc cam kết tiếp tục các (   ) trao đổi với Triều Tiên.
(cam kết: 약속하다)

2 Thông qua (   ) tham quan lần này, chúng tôi đã hiểu được nhiều điều về cuộc sống và con người nơi đây.

3 Trong (   ) thảo luận tại quốc hội, các đại biểu quốc hội tiếp tục nêu ra các vấn đề nóng cần giải quyết hiện nay.
(quốc hội: 국회, đại biểu quốc hội: 국회의원, nêu ra: 거론하다)

4 Tôi mệt mỏi lắm rồi, không muốn nghe thêm (   ) than thở của anh nữa.

5 Thật khó chấp nhận một (   ) trả lời mang tính chung chung, không có trọng tâm như thế. (mang tính chung chung: 대충의, trọng tâm: 요점)

Đáp án | 답안

1 cuộc
2 chuyến
3 cuộc
4 lời
5 câu

29. Danh hóa động từ 3.(동사의 명사화 3)
'nỗi / niềm / những / mọi / nhiều' + 동사

(1) 'nỗi, niềm' + động từ

'nỗi'가 부정적인 감정, 'niềm'이 긍정적인 감정을 가리키는 동사 앞에 쓰여 명사를 만든다.

> Nỗi buồn, nỗi thất vọng, nỗi tuyệt vọng, nỗi sợ hãi, nỗi đau, nỗi lo, nỗi nhớ, nỗi khổ, nỗi khổ tâm
>
> Niềm vui, niềm hạnh phúc, niềm hi vọng, niềm tự hào, niềm tin, niềm vinh dự

욕망을 가리키는 동사를 명사화할 때 'nỗi'와 'niềm' 둘 다 쓸 수 있다.

> Nỗi / niềm đam mê (탐닉), nỗi / niềm khát khao (갈망), nỗi / niềm đắm say = nỗi / niềm say đắm (푹 빠짐, 심취함)

(2) Danh từ hóa với 'những', 'mọi', 'nhiều'

많은 동사(일반적으로 두음절 동사)가 다른 접두사와 같이 쓰여 명사가 될 수 있고 복수조사 'những' / 'mọi' / 'nhiều'와 함께 쓰여서 복수명사가 될 수도 있다.

> Mọi lo lắng, mọi nghi ngờ, mọi hi vọng, mọi thay đổi, mọi vất vả, mọi phiền phức

Danh hóa động từ 3.(동사의 명사화 3) 'nỗi / niềm / những / mọi / nhiều' + 동사

Bài luyện | 연습문제

Điền 'niềm / nỗi / những / mọi / nhiều' vào chỗ trống sao cho thích hợp.

1 Các tác phẩm của Nguyễn Trãi đã thể hiện một (   ) tự hào dân tộc sâu sắc.
(tác phẩm: 작품, thể hiện: 표현하다/나타내다, sâu sắc: 깊은)

2 Khoa học đã chứng minh rằng, sự bình tĩnh có tác dụng giúp bạn vượt qua (   ) sợ hãi. (chứng minh: 증명하다, sự bình tĩnh: 침착함, vượt qua: 이겨내다)

3 Các học giả luôn nhấn mạnh rằng, cần phải có (   ) đam mê để biến ước mơ thành hiện thực. (học giả: 학자, nhấn mạnh: 강조하다, biến A thành B: A를 B로 만들다)

4 Đây chính là phần thưởng cho (   ) cố gắng không ngừng nghỉ của anh trong thời gian vừa rồi. (chính là~: 바로 ~다, không ngừng nghỉ: 끊임없이)

5 (   ) thắc mắc xin liên hệ: Công ty vàng bạc đá quý Minh Thu. Sđt 0923 842 491. (thắc mắc: 의문을 갖다/알고 싶어하다/궁금사항/궁금해하다, liên hệ: 연락하다, đá quý: 보석)

Đáp án | 답안

1 niềm
2 nỗi / sự
3 niềm / sự
4 những
5 mọi

30 'đến / tới / phải đến / không đến / chưa đến' + 수사

1 'Đến / tới' + 수사

화자가 어떤 사물의 수량, 부피, 규격, 기간 등이 크거나 긴 것을 강조할 때 사용한다.

> Ví dụ

Tòa nhà kia cao đến 100 m.

Các công ty lớn thường làm việc rất căng. Thường tới 10 tiếng 1 ngày.
(căng: 강도가 여유 없고 센)

Chị gái tôi cao đến 1m 8.

Tốc độ tối đa của tàu cao tốc lên tới 300 km/ giờ. (lên tới / đạt tới ~: ~까지 도달하다)

Làng Oymyakon, Nga được coi là ngôi làng lạnh nhất thế giới với nhiệt độ xuống đến – 71 độ C. (được coi là ~: ~로 여겨지다)

2 'Phải đến' + 수사

(1)번과 같은 뜻을 가지고 있지만, 화자가 측정 숫자에 대한 확신 없이 예상할 때 쓰인다.

> Ví dụ

Hôm nay nhiệt độ phải đến 40 °C!

Phải đến 20 năm rồi tôi chưa gặp lại bạn học cũ.

Ở đây bán toàn hàng hiệu đắt tiền. Cái móc điện thoại cũng phải đến 100 đô la. (hàng hiệu: 명품, cái móc: 갈고리/고리)

3 'không đến' + 수사, 'chưa đến' + 수사

어떤 사물의 수량, 부피, 규격, 기간, 금액 등이 뒤에 언급되는 기준보다 낮음, 차례나 시간이 아직 안 됨을 나타낸다.

Ví dụ

Tốc độ tối đa của xe đạp điện không đến 25km / giờ. (tốc độ tối đa: 최고속도)

Nhìn chị ấy khá trẻ, có lẽ chưa đến 30 tuổi.

Bao gạo này chắc là không đến 10 cân đâu. Người khỏe xách được bằng một tay. (bao gạo: 쌀자루)

Bài luyện | 연습문제

Sử dụng các từ 'đến / tới / phải đến / không đến' để viết lại các câu sau đây bằng tiếng Việt.

1 주베 한국관광공사의 정보에 따르면 빠른 시일 내에 베트남사람이 10년짜리 한국 여행비자를 발급받을 수 있을 것입니다.
(관광공사: tổng cục du lịch, 10년짜리: thời hạn 10 năm, 발급받다: được cấp)

2 개봉 단 하루 만에 그 영화를 본 관객 수가 백만 명에 달했다. (개봉: khởi chiếu, 관객: khán giả)

3 남씨의 연애사는 수없이 많아요(베트남어에서 '길어요'로 표현됨). 현재시점까지 계산하면 그는 수십 명의 여자를 만났을 거에요. (연애사: tình trường , 수없이: vô kể, 현재시점까지 계산하다: tính đến thời điểm hiện tại, 수십의: vài chục ~)

4 요즘 계속 불면증에 시달리고 있어요. 하루에 3시간도 못 자요. (불면증에 시달리다: bị mất ngủ)

5 우리 아이가 공립유치원을 다니고 있어서 상당히 많은 혜택을 받아요. 한달 등록금이 백만 동 미만이에요. (공립유치원: trường mẫu giáo công, 혜택: ưu đãi)

Đáp án | 답안

1. Theo thông tin từ Tổng cục du lịch Hàn Quốc tại Việt Nam thì người Việt sẽ sớm được cấp visa du lịch Hàn Quốc thời hạn tới 10 năm.

2. Chỉ sau một ngày khởi chiếu, số lượng khán giả đến xem phim đó đã lên đến một triệu người.

3. Tình trường của anh Nam thì dài vô kể. Tính đến thời điểm hiện tại thì anh ấy đã quen phải đến vài chục cô gái.

4. Dạo này bị mất ngủ liên tục. Mỗi ngày chỉ ngủ không đến 3 tiếng.

5. Con tôi đang học trường mẫu giáo công nên được khá nhiều ưu đãi. Học phí mỗi tháng không đến 1 triệu đồng.

31 제한성을 나타내는 부사
Chỉ + 동사 + có / có mỗi / mỗi + 수사 + (thôi).

1 제한성을 나타내는 부사
[Có + 수사 + (thôi)]
[Chỉ + 동사 + có / có mỗi / mỗi + 수사 + (thôi)]
[Mỗi + 수사/명사 + (thôi)]

이 구조는 'chỉ ... thôi'와 같이 제한성을 강조하고 싶을 때 사용한다.

Ví dụ

Đêm qua tôi (chỉ) ngủ có 2 tiếng thôi.

Năm nay công ty đó chỉ tuyển dụng mỗi 1 người vào vị trí quản lý thôi.

Trong ví tôi có mỗi 2 tờ mười nghìn đồng.

Mỗi anh nghĩ vậy chứ chẳng ai nghĩ vậy cả.

2 'những' + 수사: (수량) ~ 만큼이나, 무려 ~

수사 앞에 쓰이는 'những'은 그 수량이 많은 것을 강조한다.

Ví dụ

Tháng này, vợ cho tôi những 5 triệu tiền tiêu vặt.

Tôi dám chắc là ông Bảy giàu nhất khu này. Nhà ông ấy rộng những 400 mét vuông. (dám chắc: 장담하다)

Tôi vừa mới thấy ở đầu chợ bán cái áo này có một trăm nghìn. Thế mà chị lại nói thách những ba trăm nghìn.

Bài luyện | 연습문제

Chọn [chỉ + V + có / có mỗi / mỗi + 수사] hoặc 'những' để điền vào chỗ trống trong các câu sau đây.

1. Dạo này không thấy tài tử đó đóng phim nhỉ? Hình như mấy năm nay, anh ấy ( ) đóng ( ) một bộ phim. (tài tử: 남자 탤런트, đóng phim: 영화 찍다)

2. Công nhận nhạc sĩ đó làm việc chăm chỉ thật. Trong một năm mà ông ấy sáng tác ( ) 30 bài hát. (công nhận: 인정하다, nhạc sĩ: 작곡가, sáng tác: 작곡하다/창작하다)

3. Tất cả các bạn trong lớp đều đã chọn xong chuyên ngành. Chỉ còn ( ) tôi là vẫn băn khoăn không biết chọn gì. (băn khoăn: 망설이다/마음에 걸리다)

4. A lô. Gọi gì mà lắm thế? Chỉ trong sáng nay em đã gọi cho chị ( ) 10 lần rồi đấy.

5. Trí nhớ của anh Bảy tốt thật. ( ) gặp nhau ( ) 1 lần vào 10 năm trước mà đến giờ anh ấy vẫn nhớ mặt mình. (trí nhớ: 기억력)

Đáp án | 답안

1. chỉ - mỗi/có/có mỗi
2. những
3. mỗi
4. những
5. chỉ – có/mỗi/có mỗi

hẳn / tận + 수사/명사

1. 'Hẳn' + 수사/명사

'Hẳn'은 수사 앞에 위치하면 그 수량이 많은 것을 강조하며(những과 같음) 명사 앞에 위치하면 해당 사람, 사물 혹은 현상의 중요성을 강조한다.

Ví dụ

Mấy hôm trước đi một vòng siêu thị, mua hết hẳn 10 triệu tiền quần áo giày dép. (천만 동이 큰 금액이라는 것을 강조함. 이 경우 hẳn을 những으로 대체 가능)

Hôm qua tôi gặp hẳn bà Phó Thủ tướng (Phó Thủ tướng: 부총리)
(부총리가 매우 중요한 사람이라는 것을 강조함)

Lần này về Việt Nam, tôi quyết tâm mua hẳn vé hạng thương gia.
(hạng thương gia: 비즈니스석)

2. 'Tận' + 수사/명사

a. 'Tận' + 수사 (시간): 너무 오래, 너무 늦게를 뜻한다.

Đêm qua, họ thức đến tận 3 giờ sáng xem bóng đá.

Anh Kim làm luận án tiến sĩ trong tận 5 năm mà vẫn chưa xong.

b. 'Tận' + 장소: 장소가 너무 멀거나 높음 또는 매우 중요함을 뜻한다.

Thằng con tôi nó đi du học ở tận Ấn Độ.

Chiều qua mất điện, thang máy không hoạt động, tôi phải leo lên tận tầng 10 chung cư, mệt ơi là mệt.

Các học sinh ưu tú của trường được đón tiếp ở tận văn phòng chính phủ.
(đón tiếp: 환영하다/맞이하다, văn phòng chính phủ: 국무총리실)

> ● Tham khảo các cách nói sau.
>
> – tận mắt: 직접 눈으로 봄을 뜻함. xem tận mắt, nhìn tận mắt.
> – tận tay: 직접 전해줌(건네줌)을 뜻함. đưa tận tay, trao tận tay.
> – tận nơi: 직접 감을 뜻함. Đến tận nơi, đi tận nơi, thăm tận nơi, gặp tận nơi.

Bài luyện | 연습문제

Chọn 'tận' hoặc 'hẳn' để điền vào chỗ trống trong các câu sau đây sao cho phù hợp với ngữ cảnh.

1 Các công ty lớn thường có nhiều chế độ phúc lợi cho nhân viên. Ví dụ như công ty ABC đó thuê ( ) khách sạn 5 sao cho các nhân viên công tác.
(chế độ phúc lợi: 복리후생제도)

2 Đài truyền hình thành phố dành ( ) một chương trình riêng để giải thích về quyền lợi và nghĩa vụ của cử tri khi tham gia bầu cử.
(đài truyền hình: 방송국, dành: 할애하다/ 시간을 내다, quyền lợi: 권리, nghĩa vụ: 의무, cử tri: 유권자, bầu cử: 투표하다)

3 Làm sao mà nhìn nhầm được? Tôi đã ( ) mắt chứng kiến sự việc từ đầu đến cuối mà. (nhìn nhầm: 잘못 보다, sự việc: 사건, chứng kiến: 목격하다)

4 Dịch vụ chuyển phát nhanh VN Post cam kết chuyển phát bưu phẩm đến ( ) tay người nhận.
(chuyển phát nhanh: 속달우편, bưu phẩm: 우편물/소포, chuyển phát: 전달하다/발송하다)

5 Thưa sếp, em muốn xin nghỉ việc ạ. Lý do là em sống ở quận nhất mà công ty mình lại ở ( ) xã Vĩnh Lộc cho nên là đi đi về về mệt quá ạ.

 Đáp án | 답안

1 hẳn   2 hẳn   3 tận   4 tận   5 tận

Mới + 수사 + mà + 주어 + đã + 서술어 + (rồi).

1 [Mới + (động từ) + (có) + 수사]
'겨우 숫자밖에 안 되다', '동사한 지 겨우 숫자밖에 안 되다'

이 구조는 시간이 이르다, 행위를 시작한 지 얼마 되지 않았다, 수량이 적다는 것을 나타낸다. 이 경우 수사 앞에 제한성을 나타내는 부사 'có'와 결합하여 사용할 수 있다.

Ví dụ

Con gái tôi mới (có) 4 tuổi. Chưa đến tuổi đi học.

A: Nhanh lên con! Không thì muộn đấy.
B: Mới (có) 7 giờ mà mẹ. 8 giờ mới bắt đầu. Còn sớm.

Anh chị ấy mới bắt đầu yêu nhau (có) 3 ngày, chắc vẫn chưa cầm tay nhau.
(cầm tay: 손잡다)

2 [Mới + 수사 + mà + 주어 + đã + 서술어 + (rồi)]
'겨우 숫자밖에 안 되는데 주어가 벌써 서술어하다'

이 문형은 행위나 상태가 너무 일찍 진행됨을 나타낸다. 이 문형에서 주어가 문장 앞에 올 수 있고 'đã' 앞에 올 수 있다.

Ví dụ

Mới 19 tuổi mà em Na đã lấy chồng rồi. Có gì đấy hơi đáng tiếc!
(đáng tiếc: 안타깝다)

Mùa đông trời tối nhanh quá. Mới 5 giờ chiều mà mặt trời đã lặn rồi.
(mặt trời lặn: 해가 지다)

3 [Mới + A + một chút / một tí / một ít / một lúc / 수사 + mà + 주어 + đã + B + (rồi)].

'겨우 조금만 A했는데 주어가 벌써 B하다',

'A한 지 얼마되지 않았는데 벌써 B하다'. (A, B가 모두 서술어)

이 문형은 시간이 짧거나 강도가 약한 행위A에 비해 주어가 많이 발전하거나 너무 민감하게 반응했음을 나타낸다. 상황에 따라 'một chút / một tí / một ít / một lúc' 또는 수사를 쓰지 않을 수 있다.

Ví dụ

Mới mắng một tí mà nó đã vùng vằng bỏ đi rồi. (vùng vằng: 화나거나 삐질 때 하는 몸짓)

Mới ra nắng một lúc mà da đã bị bắt nắng thế này rồi sao? Chán quá.
(bắt nắng: 햇볕에 타다)

Mới uống một ít bia mà em Hoàn đã say rồi.

Mới vào làm mà đã được sếp tin tưởng giao dự án quan trọng rồi à? Sướng thế? (tin tưởng: 신뢰하다/ 믿다)

Bài luyện | 연습문제

Sử dụng từ 'mới' để viết lại các câu sau đây bằng tiếng Việt.

1 무슨 사람이 직장 다닌 지 일주일밖에 안 됐는데 벌써 그만두고 싶어요? 끈기가 전혀 없네요.
(끈기 있다: kiên trì)

2 어려움을 겨우 조금 겪었다고 벌써 포기하고 싶어?

3 겨우 몇 개월 일을 배웠는데 화의 솜씨가 많이 좋아졌어요. (솜씨: tay nghề)

4 고향을 떠난 지 3년밖에 안 됐는데 (지금은) 모든 것이 이렇게 변했어요?

5 오빠는 겨우 40대 초반인데 벌써 눈이 나빠져서 제품 포장지에 있는 사용안내를 못 읽어요?
(눈 나쁘다: mắt kém, 포장지: bao bì)

Đáp án | 답안

1. Người gì mà mới đi làm được một tuần mà đã muốn nghỉ rồi? Chẳng kiên trì gì cả.
2. Mới gặp một chút khó khăn mà em đã muốn từ bỏ rồi à?
3. Mới học việc có vài tháng mà tay nghề của em Hòa đã tiến bộ rất nhiều.
4. Mới xa quê có 3 năm mà giờ đây mọi thứ đã thay đổi nhiều như này rồi sao?
5. Anh mới đầu 40 mà mắt đã kém, không đọc được hướng dẫn sử dụng trên bao bì sản phẩm rồi sao?

34. Sở dĩ + A + là vì / là bởi / là do / là bởi vì + B.
Do / Vì / Bởi / Bởi vì / Tại / Tại vì A mà B

1 [Sở dĩ A là vì / là bởi / là do / là bởi vì B]

'A하는 이유는 B때문이다'. (B가 명사 또는 절인 경우가 대부분)

이 문형은 결과를 담는 A절과 거기에 대한 이유를 설명하는 B절을 연결하기 위해 사용된다.

Ví dụ

Sở dĩ kết quả kinh doanh quý tư thấp so với các quý còn lại là vì trong quý tư có nhiều ngày nghỉ lễ.

Sở dĩ ngày càng có nhiều trẻ em bị béo phì là vì thói quen ăn uống không lành mạnh, nhiều chất đường và chất béo.
(lành mạnh: 건전하다, chất đường: 당분, chất béo: 지방)

Sở dĩ tôi nổi cáu với em Huy là vì em ấy dám cãi lời bố mẹ.
(nổi cáu: 화내다, dám: 감히, cãi lời: 대들다)

2 [Do / Vì / Bởi / Bởi vì / Tại / Tại vì A mà B]

'A 때문에 B하다'

이 구조는 인과관계를 나타내는 'Vì A nên B'와 같은 뜻을 나타내나 주로 객관적이거나 부정적인 결과의 경우에 사용된다. 이 구조가 (1)번의 다른 표현방법이다.

Ví dụ

Do tự tiện nghỉ việc mà anh Hùng bị cả gia đình trách mắng.
(tự tiện: 멋대로, trách mắng: 책망하다)
(= Sở dĩ anh Hùng bị cả gia đình trách mắng là do anh ấy tự tiện nghỉ việc)

Chỉ vì sĩ diện mà tôi đã không chịu thừa nhận lỗi của mình.
(sĩ diện: 쓸데없는 자존심, thừa nhận: 인정하다)

Bởi vì phải kiêm cả 2 việc cùng một lúc mà tôi lúc nào cũng bận tối mắt tối mũi.
(kiêm: 겸임하다, bận tối mắt tối mũi: 눈코 뜰 새 없이 바쁘다)

Tại anh mà tôi khổ thế này. (khổ: 고생하다, 불행하다)

Bài luyện | 연습문제

Sử dụng 2 cấu trúc 'sở dĩ A là vì B' hoặc 'Do A mà B' để viết lại các câu chỉ nguyên nhân – kết quả sau đây bằng tiếng Việt.

1. 한자어 및 중국문화로부터 영향을 받았기 때문에 한자(漢字)에서 기원한 베트남어 어휘의 수가 60% 이상 차지한다.
   (한자어: tiếng Hán, 영향을 받다: chịu ảnh hưởng / bị ảnh hưởng, 한자에서 기원한 베트남어: từ Hán Việt / từ gốc Hán, 차지하다: chiếm)

2. 자연환경이 지금처럼 파괴된 이유는 인간에게 환경보호 의식이 부족하기 때문입니다.
   (자연환경: môi trường tự nhiên/ môi trường thiên nhiên, 파괴하다: phá hủy/ tàn phá, 의식: ý thức)

3. 많은 중-고등학생이 우울증에 걸리는 이유는 (그들이) 공부를 너무 많이 하고 학교에서 따돌림을 당하기 때문입니다. (중-고등: trung học, 우울증: trầm cảm, 따돌리다: bắt nạt)

4. 단지 사소한 일 때문에 우리 부부가 아주 크게 싸웠어요.

5. 제가 아직까지 20년 전의 일을 기억하고 있는 이유는 어렸을 때 저의 아버지가 항상 그것을 강조하셨기 때문이죠. (강조하다: nhấn mạnh)

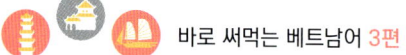

Đáp án | 답안

1. Do chịu ảnh hưởng từ tiếng Hán cũng như văn hóa Trung Hoa mà số lượng từ Hán Việt chiếm hơn 60%.

2. Sở dĩ môi trường thiên nhiên bị tàn phá như hiện nay là do con người thiếu ý thức bảo vệ môi trường.

3. Sở dĩ nhiều học sinh trung học bị trầm cảm là vì chúng phải học quá nhiều và bị bắt nạt ở trường.

4. Chỉ vì một chuyện nhỏ mà vợ chồng tôi đã cãi nhau rất to.

5. Sở dĩ tôi vẫn nhớ chuyện từ 20 năm trước là vì hồi nhỏ, bố tôi luôn nhấn mạnh điều đó.

Nhờ (có) + A + mà + B.
B + là nhờ (vào) + A.

1 [Nhờ (có) + A + mà + B]
'A 덕분에 B하다' (A: 명사/서술어/절, B: 절)

(A가 명사인 경우만 có 와 같이 사용할 수 있음)

이 구조는 인과관계를 나타내는데 긍정적인 영향/결과가 있을 때만 사용된다.

Ví dụ

Nhờ bỏ thuốc lá mà sức khỏe của tôi khá lên nhiều.

Nhờ sự chỉ bảo tận tình của giáo sư mà tôi có thể hoàn thành luận văn đúng kỳ hạn. (sự chỉ bảo: 지도, tận tình: 지극히, 헌신적인, 헌신적으로)

Nhờ tài ăn nói khéo léo mà cô ấy đã leo lên chức trưởng phòng trong vòng 1 năm. (tài ăn nói: 말솜씨)

Nhờ quan hệ xã hội rộng rãi mà công việc làm ăn của bố tôi phát triển thuận lợi. (rộng rãi: 넓은, thuận lợi: 유리하다/수월하다/편리하다)

2 [B + là nhờ (vào) + A]
'B하는 것은 A덕분이다' / 'B하는 것은 A때문이다' (B: 절/명사. A: 명사/서술어/절)

(A가 명사인 경우만 vào 와 같이 사용할 수 있음. 문장 앞에 Sở dĩ 를 같이 사용할 수 있음.)

이 구조는 (1)번 구조와 같은 뜻을 나타내나 앞뒤 절의 순서가 바뀌는 점에서 차이가 난다. 즉, 성과나 긍정적인 결과를 담는 내용이 앞에 오고 관련 이유를 담는 내용이 뒤에 온다.

Ví dụ

Sở dĩ tôi thực hiện được ước mơ của mình là nhờ có gia đình và bạn bè luôn đồng hành. (đồng hành: 동행하다)

Công ty chúng ta duy trì được đà tăng trưởng liên tục trong 10 năm nay là nhờ cả tập thể công ty luôn đồng cam cộng khổ.
(đà tăng trưởng: 가속화, cả tập thể: 조직 전체, đồng cam cộng khổ: 동거동락하다)

Đội tuyển bóng đá Việt Nam vô địch AFF cup 2018 là nhờ vào tinh thần đoàn

kết của cả đội, sự cổ vũ hết mình của hàng triệu cổ động viên v.v.

(đội tuyển: 선발팀, vô địch: 우승하다, tinh thần đoàn kết: 단결심, sự cổ vũ: 응원, hết mình: 진력하다/있는 힘을 다해서, cổ động viên: 응원자)

Bài luyện | 연습문제

Sử dụng cấu trúc [Nhờ (có) + A + mà + B] hoặc [B + là nhờ (vào) + A] để viết lại các câu sau đây bằng tiếng Việt.

1 이 집에 존재하는 모든 것은 오직 나만의 공로 덕분이다. (공로: công sức)

---

2 베트남 선발팀(축구팀)이 우승하고 나면 박항서 감독은 항상 '이 우승은 선수들의 땀과 눈물 덕분이다'라고 겸손하게 발표한다.
(우승/ 우승하다: chiến thắng, 감독: huấn luyện viên, 땀: mồ hôi, 눈물: nước mắt)

---

3 사실이 밝혀진 것은 증인이 용감하게 용의자를 고발했기 때문이다.
(사실: sự thật, 밝혀지다: được sáng tỏ, 증인: nhân chứng, 용의자: nghi phạm, 고발하다: tố cáo)

---

4 당신 덕분에 내가 비로소 오늘처럼 될 수 있었어요. 진심으로 감사드려요. (진심: chân thành)

---

5 그 유튜버는 보기 좋은 외모와 타고난 말솜씨 덕분에 자기 채널에 엄청나게 많은 팬을 끌어모을 수 있었다. (보기 좋은: ưa nhìn, 외모: vẻ ngoài / ngoại hình, 타고난: bẩm sinh, 채널: kênh, 엄청나게 많은 ~: lượng ~ khủng, 끌다/ 끌어모으다: thu hút)

Nhờ (có) + A + mà + B. B + là nhờ (vào) + A.

Đáp án | 답안

1. Tất cả mọi thứ có được trong nhà này đều là nhờ công sức của một mình tôi.
2. Sau mỗi chiến thắng của đội tuyển Việt Nam, huấn luyện viên Park Hang Seo luôn phát biểu một cách khiêm tốn rằng 'chiến thắng này là nhờ vào mồ hôi nước mắt của các cầu thủ'.
3. Sự thật được sáng tỏ là nhờ nhân chứng đã dũng cảm tố cáo nghi phạm.
4. Nhờ có anh mà tôi mới được như ngày hôm nay. Xin chân thành cảm ơn anh.
5. Nhờ vẻ ngoài ưa nhìn và tài ăn nói bẩm sinh mà youtuber ấy đã thu hút một lượng fan khủng trên kênh của mình.

36 độ, chừng, tầm, trở lên, trở đi, đổ lại

1 độ, chừng, tầm: 약, 대략

이 단어들은 'khoảng'과 같이 정확하지 않은 수량, 시간, 지수 등을 나타낸다.
또한 이 단어들은 서로 결합할 수도 있다.

> khoảng độ, độ khoảng, khoảng chừng, độ chừng, chừng khoảng, tầm khoảng v.v.

Ví dụ

Hố này sâu chừng 10m. (hố: 깊은 구멍)

Độ chừng tháng 12 sang năm con bác Trung sẽ đi lao động ở nước ngoài về.

Hẹn gặp thì phải nói giờ chính xác chứ! Cứ nói là 'tầm trưa', 'tầm chiều tối' thì ai mà biết được? (chính xác: 정확한, cứ: 변함없이 이제까지 습관적으로 '그냥')

Trông chị ấy tầm khoảng cuối 30 đầu 40.

● **Tham khảo thêm**

정확하지 않는 수량을 나타내는 기타 표현

- Già nửa cân: 500g 이상 (500g 조금 넘는)
- Ngót nửa cân: 500g 이하 (500g 조금 모자란)
- Ngoài 60 tuổi = trên 60 tuổi: 60-65세

2 trở lên, trở đi, đổ lại

(Từ)+ 수사 + trở lên: ~이상, ~부터 (Từ 5 tuổi trở lên: 다섯살부터)

(Từ) + 수사 + đổ lại: ~이하, ~까지 (Từ 5 tuổi đổ lại: 다섯살까지)

Từ + 시간표현 + trở đi: ~이후부터, ~부터 앞으로

Kể từ / Tính từ + 시간표현/시점 + (đến nay): ~이래로

Ví dụ

Luật hôn nhân và gia đình 2014 quy định tuổi kết hôn của nam là từ đủ 20 tuổi trở lên, nữ từ đủ 18 tuổi trở lên. (hôn nhân: 혼인, quy định: 규정/ 규정하다)

Mình đang cần mua một chiếc xe cũ, đã chạy dưới 5000km, giá tầm 200 triệu đổ lại. (chạy: 달리다, 작동하다)

Em hứa là từ nay trở đi em sẽ không thế nữa.
(từ nay trở đi = từ giờ trở đi = từ bây giờ trở đi)

Kể từ những năm 90 của thế kỉ trước, tháng mười hàng năm được chọn là tháng 'Tăng cường nhận thức về ung thư vú' trên toàn thế giới.
(tăng cường: 강화하다, nhận thức: 인식/인식하다, ung thư vú: 유방암)

Bài luyện | 연습문제

Sử dụng 'chừng, tầm, độ' hoặc 'trở lên, trở đi, đổ lại, kể từ' sao cho thích hợp để viết lại các câu sau đây.

1 우리는 3년 이상의 경험을 갖고 있는 지원자를 환영합니다.
(지원자/후보: ứng viên, 환영하다: hoan nghênh)

_____

2 집 계약기간이 거의 끝났어요. 두 사람에게는 새 집을 찾아 이사 가기까지(베트남어에서 '찾아 이사 가기 위해'로 표현됨) 약 한 달이 있어요.

_____

3 그 언니가 최신 패션 트렌드를 끊임없이 업데이트 한다. 매달 그 언니는 옷 사는 데 월급의 반 이상을 쓴다. (패션: thời trang, 업데이트: cập nhật)

_____

 바로 써먹는 베트남어 3편

4 20세기 80년대 이후부터 미국과 러시아 간의 관계가 대화와 지연으로 전환되었다.
(80년대: những năm 80, 대화: đối thoại, 지연: trì hoãn)

5 파트너 쪽에서 시간을 정확히 약속하지 않았습니다. 그쪽에서 올해 하반기쯤에 공식 피드백을 주겠다고만 이야기했습니다.
(하반기: nửa cuối năm, 공식: chính thức, 피드백: phản hồi)

 Đáp án | 답안

1. Chúng tôi hoan nghênh các ứng viên có từ 3 năm kinh nghiệm trở lên.
2. Sắp hết hạn thuê nhà rồi đấy. Hai người có khoảng chừng một tháng để tìm nhà mới và dọn đi. (dọn đi = chuyển đi)
3. Chị ấy liên tục cập nhật những xu hướng thời trang mới nhất. Mỗi tháng chị ấy tốn giả nửa lương tháng mua quần áo.
4. Từ những năm 80 thế kỷ 20 trở đi, mối quan hệ giữa Mỹ và Nga chuyển sang đối thoại và trì hoãn.
5. Phía đối tác không hẹn rõ thời gian. Họ chỉ nói là tầm nửa cuối năm nay sẽ gửi phản hồi chính thức.

37 수량 표현. Bao nhiêu, là bao, biết bao

1 Các từ chỉ lượng. 수량 표현

> ít (적다, 적은, 적게), nhiều (많다, 많은, 많이), thiếu (부족하다, 부족한, 부족하게), đủ (충분하다, 충분한, 충분히), thừa/dư (남다, 여분의), đầy (가득찬, 가득), vơi (채워지지 않은, 가득 차지 않게, 양이 줄어들다), đông (붐비다), vắng (한적하다, 한적한, 부재중)

이 단어들은 상대적이고 분명치 않은 수량을 나타내며 형용사와 부사로(경우에 따라 동사로) 모두 쓰일 수 있다.

a. 형용사로 쓰일 때 다른 형용사들과 달리 명사 앞에 위치하여 명사를 수식해 준다.

    Vào mùa thấp điểm, các hàng quán ở đây đều vắng khách.
    Chợ này đầy đồ đẹp.
    Nhà máy đó đang thiếu công nhân đấy. Anh thử đến đấy xin việc xem.
    Hôm nay mua nhiều vậy mà vẫn còn thừa tiền.

b. 부사로 쓰일 때 동사 뒤에 위치하여 동사를 수식해 준다.

    Tôi không khát nước lắm. Rót vơi thôi nhé! Đừng rót đầy!
    (khát nước: 갈증나다, rót: 액체 따위를 따르다)
    Con đã mua đủ đồ ăn cho 1 tuần chưa?
    Hôm nay trưởng phòng đi vắng rồi à?

2 Bao nhiêu, là bao, biết bao

'bao nhiêu'는 평서문에 쓰이면 화자의 주관적인 평가로, 정확하지 않지만 많은 수량이나 높은 정도를 표현한다.

○ Cách dùng

- Bao nhiêu: 단독, 동사 뒤, 명사 앞에 사용 가능.

- Là bao: 부정문에서 동사 뒤에 사용.

- Biết bao: 긍정문에서 긍정 의미를 지닌 감정동사나 형용사 뒤에 사용하여 감탄이나 화자의 바람을 나타낸다.

Ví dụ Chị có cần không để em chia cho. Hôm vừa rồi em được họ hàng gửi cho bao nhiêu. (chia: 나누다)

Có gì thì nói nhanh lên. Tôi còn bao nhiêu (là) việc phải làm.

Bác cứ nhận cho cháu vui đi ạ. Món quà này không đáng bao nhiêu đâu ạ./ Món quà này không đáng là bao đâu ạ. (đáng: ~할 가치가 있다, ~할 만한, không đáng bao nhiêu / không đáng là bao: 양이나 가치가 얼마 되지 않다)

Công trình này mà hoàn thành được trước tết thì hay biết bao.

Bài luyện | 연습문제

Chọn các từ chỉ lượng hoặc 'biết bao, là bao, bao nhiêu' sao cho thích hợp để điền vào chỗ trống.

1 Tổng thư ký Liên hiệp quốc đã cảnh báo rằng Liên hợp quốc hiện đang (   ) ngân sách nghiêm trọng.
(Tổng thư ký: 사무총장/총서기, Liên hiệp quốc: 유엔, ngân sách: 예산)

2 Sau khi trừ hết các khoản ăn uống và chi phí phát sinh trong chuyến đi thì quỹ chung chỉ (   ) mười nghìn đồng. (khoản: 항목/일정금액의 종별사, quỹ: 기금, 회비)

3 Xe gì mà ăn xăng kinh quá. Sáng nay vừa đổ (   ) bình mà giờ đã (   ) đi một nửa rồi. (kinh: 경악할 정도로 심하게, đổ: 붓다/쏟다, bình: 탱크, một nửa: 절반)

4 Xem đi xem lại (   ) lần rồi mà vẫn thấy cảm động rơi nước mắt.
(xem đi xem lại: 보고 또 보다, rơi nước mắt: 눈물이 흐르다)

5 Bố mẹ đang thiếu tiền xây nhà mà tôi chẳng đóng góp được (   ).
(đóng góp: 기여하다)

Đáp án | 답안

1 thiếu
2 còn / dư
3 đầy – vơi
4 bao nhiêu
5 là bao

38 lại 의 용법 2
Đã + A + lại / còn / lại còn + B + (nữa).

Lại 가 서술어 앞에 위치할 때 앞뒤 절의 내용이 정반대인 것을 강조한다. 또한 lại 뒤에 따라오는 내용에 대해 '비정상적이거나 예상과 달라 마음에 들지 않거나 이해할 수 없다'라는 뉘앙스를 나타낸다.

1 A, lại B

a. [주어 + 서술어1 + nhưng / mà / nhưng mà + lại + 서술어2]

Anh ấy nói là sẽ tham gia nhưng mà giờ lại không đăng ký.

Bố tôi là người khá keo kiệt nhưng lại thoáng với bạn bè mình.
(keo kiệt: 인색하다, thoáng: 통이 크다/환기가 잘 되다)

Chị Hoài đẹp thế mà lại yêu người vừa xấu vừa thất nghiệp như anh Trường.

Lần trước anh bảo là được, giờ lại bảo là không. Thế nghĩa là thế nào?

b. [주어1 + 서술어1 + (nhưng / mà) + 주어2 + lại + 서술어2]

Cả họ đều cao, em họ tôi lại lùn. (lùn: 키 작다)

Tôi đang có việc gấp mà xe máy lại hỏng.

Cuối tuần này, cả nhà định đi dã ngoại mà trời lại mưa. (dã ngoại: 소풍)

Áo đẹp thế này mà sao chị Miên lại không thích nhỉ?

Sao em lại nói với giọng bực bội thế? Anh có làm gì đâu. (bực bội: 짜증나다)

2 [Đã + A + lại / còn / lại còn + B + (nữa)]
'A한데다가 B까지 하다'. (A, B가 모두 서술어)

이 구조는 술부 속에 진전된 의미가 있는 두 서술어(A & B)를 연결하기 위해 구어체에서 사용된다.
('không những ~ mà còn ~'와 같은 의미)

Chị Loan sướng thật đấy. Con gái chị ấy đã chăm ngoan lại học giỏi.
(sướng: 행복하다, 기분 좋다, 상팔자)

(Con gái chị ấy không những chăm ngoan mà còn học giỏi.)

Anh thôi đi! Đã không biết gì lại còn nói lắm.

Chồng em Hiền tệ thật. Đã cờ bạc lại còn nghiện rượu nữa. (tệ: 못되다, cờ bạc: 도박)

Bài luyện │ 연습문제

Dùng 'lại' hoặc cấu trúc 'đã A lại / còn / lại còn B' để viết lại các câu sau đây bằng tiếng Việt.

1. 처음 만나는 사람에게 나이나 개인정보를 묻는 것은 베트남에서 일반적인 일이지만 외국인 관광객을 당황하게 만든다. (개인정보: thông tin cá nhân, 당황하다/어쩔줄 모르다: bối rối)

2. 저는 그저 가볍게 조언을 한 것뿐인데 그 형은 제가 자기를 무시하고 존중하지 않는다고 오해했어요. (가볍게: nhẹ nhàng, 무시하다: khinh thường/coi thường/xem thường)

3. 마잉 씨는 역시 완벽한 남자상이에요. 잘생기고 출세한데다가 아내와 아이를 지극히 사랑하기까지 해요. (역시 ~다: đúng là, 완벽한 남자상: soái ca, 출세하다: thành đạt)

4. 살면서(베트남어에서 '삶에서'로 표현됨) 가끔 그런 날이 있죠. 돈은 떨어졌는데 집세, 학비, 전기세, 수도세 등 납부해야 할 것들이 수두룩해요.
(학비: tiền học/học phí, 전기세 + 수도세: tiền điện nước, 납부하다: đóng/nộp)

5. 분명히 며칠 전에 당신이 내게 심하게 욕했는데 이제 와서 아무런 일도 없었던 것처럼 하네.
(분명히: rõ ràng, 심하게/무자비하게: thậm tệ, 욕하다: chửi, ~처럼 하다: làm như ~)

Đáp án | 답안

1. Việc hỏi tuổi hay thông tin cá nhân của người mới gặp là chuyện bình thường ở Việt Nam nhưng lại khiến du khách nước ngoài bối rối.

2. Em chỉ khuyên nhẹ nhàng thôi mà anh ấy lại hiểu lầm là em khinh thường, không tôn trọng anh ấy.

3. Anh Mạnh đúng là chuẩn soái ca. Đã đẹp trai, thành đạt lại còn thương yêu vợ con hết mình.

4. Trong cuộc sống, thi thoảng có những ngày như thế. Đã hết tiền lại phải đóng bao nhiêu thứ, tiền nhà, tiền học, tiền điện nước v.v.

5. Rõ ràng hôm vừa rồi anh chửi tôi thậm tệ mà bây giờ lại làm như không có chuyện gì.

sợ / ngại / dám + 동사

'sợ'/ 'ngại' / 'dám' + động từ
이 단어들은 화자의 심정, 기분을 나타낸다.

1 'sợ' + động từ: 안 좋은 일이 생길까 봐 걱정스러워서 하기 싫다.

Em rất sợ ở nhà một mình.
(Không muốn ở nhà một mình vì có thể nguy hiểm hoặc bất an)

Tôi sợ đi giày cao gót vì lần trước bị ngã trẹo chân một lần rồi.
(Không muốn đi giày cao gót vì sợ bị ngã). (bị ngã: 넘어지다, trẹo chân: 발이 삐끗하다)

> **Lưu ý**
>
> [sợ + động từ]와 [sợ / sợ rằng / sợ là / e là + mệnh đề]를 구별해야 한다.
>
> [sợ / sợ rằng / sợ là / e là + mệnh đề]는 어떤 행위를 하기 싫기보다 좋지 않은 일을 미리 예상하면서 걱정스러운 마음을 표현한다.
>
> Tôi sợ là / Tôi e là bệnh của ông Hải khó chữa khỏi. (chữa khỏi: 완치하다)

2 'ngại' + động từ: 기본적으로 귀찮거나 좋아하지 않기 때문에 하기를 꺼리다.

Em rất ngại nói chuyện riêng với sếp.
(Không thích nói chuyện với sếp vì cảm thấy không hợp hoặc bất tiện)

Mưa to gió lớn, ngại ra ngoài quá. (mưa to gió lớn: 호우와 강풍)

3 **'dám' + động từ**: 용감한 태도, 대담무쌍하게 일반적으로 사람들이 두려워하고 안 하는 일을 하는 것을 가리킨다. 반대로 'không dám' + động từ 는 두렵거나 자신이 없어서 못하는 것을 가리킨다.

Anh ấy dám một mình đánh lại 3 tên cướp. (đánh lại: 상대하다/ 반격하다)

Sao anh dám nói dối em?

Nhìn mặt nó sợ quá nên là em không dám cãi lại. (cãi lại: 대들다, 말대꾸하다)

Bài luyện | 연습문제

Sử dụng các cụm từ [sợ / ngại / dám + động từ] để viết lại các câu sau đây bằng tiếng Việt.

1. 우리집 골목은 인적이 드물어서 밤에 혼자 귀가하기가 너무 무서워요. (인적 드물다: vắng / vắng vẻ)

2. 이렇게 추운 날은 하루종일 이불 속에 누워 있고 싶어요. 나가기가 너무 귀찮아요.
   (이불 속에 눕다: nằm trong chăn)

3. 우리 남편은 나에게 담배를 끊겠다는 약속을 못 해요. 아마 그가 자신이 없어서 그런가 봐요.

4. 당신은 너무 무모해요. 잘 알아보지도 않고서 돈 들여 투자한다니.
   (무모하다: liều lĩnh, 돈 들이다: bỏ tiền/ bỏ tiền ra)

5. 나는 아이를 돌보기가 좀 꺼려져요. 아이들과 5분만 놀아도 피곤해요.

sợ / ngại / dám + 동사 **39**

Đáp án | 답안

1. Ngõ nhà tôi vắng nên tôi rất sợ về nhà một mình vào ban đêm.
2. Ngày lạnh / Trời lạnh thế này chỉ muốn nằm trong chăn cả ngày, ngại ra ngoài lắm.
3. Chồng tôi không dám hứa với tôi là sẽ bỏ thuốc. Chắc anh ấy không tự tin nên thế.
4. Anh liều lĩnh quá. Chưa tìm hiểu kỹ mà dám bỏ tiền đầu tư.
5. Tôi ngại trông trẻ con lắm. Chỉ cần chơi với chúng nó 5 phút là mệt rồi.

ngay cả, thậm chí, đến (cả), đến mức, đến nỗi

이 단어들은 뒤에 따라오는 명사의 특별함을 강조하기 위해 사용된다.

1 [Ngay cả / Thậm chí / đến (cả) + 주어 + cũng/còn + 동사]
'심지어 주어도 동사하다 / 주어마저 동사하다'

[Ngay cả / Thậm chí / Đến (cả) + 명사 + (mà) + 주어 + cũng/còn + 동사]: '주어는 심지어 명사마저 동사하다. 주어는 명사마저 동사하다'

> **Ví dụ**
>
> Thậm chí những người thân nhất cũng không biết là nó đang trốn ở nơi nào.
> (trốn: 숨다, 도망치다)
>
> Đến cả em cũng không ủng hộ anh thì anh phải làm sao đây?
>
> Ngay cả tiền để dành mua nhà mà nó còn mang đi đánh bạc.
> (để dành: 남겨두다/모아두다/저축하다, đánh bạc: 도박하다)

○ **Tham khảo thêm.**

[Ngay cả / Thậm chí / Đến (cả) + 명사1 + mà + 주어 + cũng/còn + 동사 + thì nói gì đến + 명사2]

: '주어는 명사1 조차 동사하는데, 명사2는 말할 것도 없지'

> **Ví dụ** Ngay cả việc rán trứng mà nó còn không biết làm thì nói gì đến các món khác. (rán trứng: 달걀을 부치다, nói gì đến ~: ~ 말할 것도 없다)

2 [A + đến mức / đến nỗi + B]: 'B할 정도로 A하다'

이 단어들은 두 절을 이어주며 주절 (A)에서 전달하는 수준, 정도가 매우 높다는 것을 강조하기 위해 사용된다. 'Đến' 을 'tới' 로 바꿔서 사용할 수 있다.

Ví dụ

Tức đến mức muốn khóc. (tức: 화나다, 열을 받다)

Cảm động tới mức không nói nên lời. (không nói nên lời: 말이 안 나오다)

Ông ấy giàu đến nỗi không biết trong tài khoản có bao nhiêu tiền.

Bài luyện | 연습문제

Sử dụng các từ 'ngay cả, thậm chí, đến (cả), đến mức, đến nỗi' để viết lại các câu sau đây bằng tiếng Việt.

1 나는 식비조차 없는데 쇼핑이나 놀러가는 건 말할 것도 없지.

2 심지어 외곽의 부동산도 뜨거워지기 시작했다. (외곽: ngoại thành / khu ngoại thành)

3 설을 앞두고 있으니 뭐든 비싸다. 휴지와 같은 필수품마저 평상시보다 2배 올랐다.
(필수품: nhu yếu phẩm, 평상시: ngày thường, A보다 2배: gấp 2 lần so với A)

4 이웃집은 내가 참을 수 없을 정도로 스피커를 크게 튼다. (스피커: loa, 틀다: bật)

5 베트남 도로는 내가 감히 길을 건너지 못할 정도로 복잡하고 차가 많다.

Đáp án | 답안

1. Ngay cả tiền ăn tôi còn không có thì nói gì đến tiền mua sắm hay đi chơi.
2. Thậm chí những bất động sản ở khu ngoại thành cũng bắt đầu nóng.
3. Gần tết cái gì cũng đắt. Đến cả các nhu yếu phẩm như giấy ăn còn tăng giá gấp 2 lần so với ngày thường.
4. Nhà hàng xóm bật loa to đến mức tôi không tài nào chịu nổi.
5. Đường phố Việt Nam phức tạp và nhiều xe đến nỗi tôi không dám sang đường.

목적어 + thì + 주어 + 동사.
서술어 + thì có + 서술어 + nhưng ~

1 목적어가 문두에 위치한 문장
[목적어 + thì + 주어 + 동사]

기본 베트남어의 문장구조인 [주어 + 동사 + 목적어]에서 목적어를 강조하고 싶을 때 목적어를 앞으로 빼고 'thì'를 첨가하여 표현할 수 있다.

Ví dụ

Người vừa chu đáo vừa giỏi giang thì ai cũng yêu mến.
(= Ai cũng yêu mến người vừa chu đáo vừa giỏi giang)

Thương hiệu đó thì nhiều người không biết. Chỉ một số người trong ngành biết thôi. (= Nhiều người không biết thương hiệu đó)

2 a. [서술어 + thì có + 서술어 + nhưng ~]
b. [서술어 + thì + 서술어 + rồi nhưng ~]

이 구조는 화자가 다른 생각의 방향을 제시하기 전에 인정하는 의미를 나타낸다. (b)번은 인정하는 사실이 이미 완료됐을 때 사용된다.

Ví dụ

A: Sao em không về thăm mẹ thường xuyên? Em không thương mẹ à?

B: Thương thì có thương, nhưng nhà bố mẹ ở xa quá, với lại về quê cũng tốn tiền quà cáp lắm. (với lại: 게다가/더군다나, quà cáp: 선물)

Hương vị của món gà rán này ngon thì có ngon nhưng mà chưa giống với gà Hàn Quốc lắm.

Dậy thì dậy rồi nhưng mà nó còn chưa ra khỏi giường.
(ra khỏi giường: 침대에서 일어나다)

3 [서술어 + thì + 서술어 thật + nhưng ~]: 서술어한 게 사실이지만 ~

이 구조도 (2)번과 같은 의미를 나타내지만 인정하는 어감이 좀 더 강조된다. 이외에 구조[Đúng là + 주어 + có + 서술어 + nhưng ~]도 같은 의미를 나타낸다.

Ví dụ

A: Phòng này ở 2 người thì hơi chật.

B: Phòng này chật thì chật thật nhưng đầy đủ tiện nghi, gọn gàng.
 (gọn gàng: 정리정돈이 잘 되며 깔끔하다)
 (= Đúng là phòng này có chật nhưng đầy đủ tiện nghi, gọn gàng.)

A: Bài hát này giai điệu hay không? (giai điệu: 멜로디)

B: Ừ. Giai điệu hay thì hay thật nhưng lời bài hát hơi khó nghe. (lời bài hát: 가사)

Bài luyện | 연습문제

Sử dụng 'thì' một cách hợp lý để viết lại các câu sau đây bằng tiếng Việt.

1 보통 떡국은 한국사람이 설날 때 먹습니다. (떡국: canh bánh gạo)

_____

2 누군가 했는데. 한국 영사관 쪽 리엔 씨는 내가 예전에 몇 번 만난 적이 있었죠.
 (누군가 했는데: tưởng ai, 영사관: lãnh sự quán)

_____

3 A: 새로 개장한 매장은 안정적으로 돌아가요, 형?
 (개장하다: khai trương, 사업 따위가 돌아가다: hoạt động)

_____

목적어 + thì + 주어 + 동사. 서술어 + thì có + 서술어 + nhưng ~   41

B: 안정은 됐지만 아직까지 수익은 얼마 안 돼요. (아직까지: vẫn chưa, 수익: lãi)

4 뚜 씨는 출세하긴 했으나 연애 쪽은 순조롭지 못해요. (연애 쪽: về mặt tình cảm)

5 제가 어렸을 때 잘못을 저지른 게 사실이지만 그 일이 오래 지났잖아요.
(잘못을 저지르다: phạm sai lầm)

Đáp án | 답안

1. Món canh bánh gạo thì người Hàn Quốc thường ăn vào dịp Tết nguyên đán.
2. Tưởng ai. Chị Liên bên Lãnh sự quán Hàn Quốc thì ngày trước tôi đã từng gặp vài lần rồi.
3. A. Cửa hàng mới khai trương hoạt động ổn định chưa, anh?
   B. Ổn định thì ổn định rồi nhưng vẫn chưa có lãi bao nhiêu / vẫn chưa lãi được bao nhiêu.
4. Cô Tú thành đạt thì thành đạt thật nhưng về mặt tình cảm thì lại không được suôn sẻ.
5. Đúng là tôi có phạm sai lầm thời trẻ nhưng chuyện đó qua lâu rồi mà.

42 문장 + là + 형용사.
Cứ / Hễ + A + là + (주어 + lại) + B.

1 Câu + 'là' + tính từ

이 형식은 어떤 일에 대해 화자의 주관적인 평가나 주관적인 예상을 나타내기 위해 사용된다.

> **Ví dụ**

Đội tuyển Việt Nam vào đến vòng tứ kết là giỏi rồi. (vòng tứ kết: 4강전)

Nấu ăn thế này là đạt yêu cầu rồi, lấy chồng được rồi.
(đạt yêu cầu: 패스하다, 요구 기준에 합격하다)

Hai xe đâm vào nhau mà người không bị làm sao là may rồi. Coi như của đi thay người.
(đâm vào ~: ~에 부딪치다, không bị làm sao: 무사하다, coi như ~: ~와 같이 간주하다/셈치다, của đi thay người: 액땜, 물질적인 피해를 입지만 대신에 사람이 무사하다)

2 [Cứ / Hễ + A + là + (주어 + lại) + B]

'A하기만 하면 주어는 틀림없이/반드시 B하다'

이 구조는 조건과 결과 간의 필연성을 가진 반복을 표현한다.

> **Ví dụ**

Cứ đi siêu thị với bố mẹ là thằng bé lại đòi mua đồ chơi. (đòi: 조르다)

Cứ trời mưa là ông tôi lại bị đau khớp. (bị đau khớp: 관절통)

Hai vợ chồng nhà đấy kinh doanh bất động sản mát tay lắm. Cứ mua xong là lên giá. (mát tay: 손떠퀴가 좋다)

문장 + là + 형용사. Cứ / Hễ + A + là + (주어 + lại) + B.

Bài luyện | 연습문제

Dùng 'là' một cách phù hợp để viết lại các câu sau đây bằng tiếng Việt.

1 그 상황에서 심판이 베트남팀 공격수에게 옐로카드를 주는 것은 정확한 거예요.
(심판: trọng tài, 공격수: tiền đạo, 옐로카드를 주다: phạt thẻ vàng)

2 베트남에서 온도가 10도 정도면 아주 추운 거예요.

3 자정 쯤 되면 저는 (반드시) 뭔가 땡겨요. (자정: nửa đêm, 음식이 땡기다: thèm/ thèm ăn)

4 설이 되면 우리 가족은 (반드시) 모여서 따뜻한 분위기 속에서 다 함께 설을 보내요.
(따뜻한: đầm ấp / ấm áp, 모이다: sum vầy/ sum họp/ tụ tập, 설을 보내다: ăn tết)

5 누가 조금이라도 마음에 안 들게 하면 그애는 반드시 성나요. 무슨 사람 성격이 꼭 불 같아요.
(마음에 안 들게 하다: làm trái ý, 성나다: nổi cáu lên/ nổi đóa lên, 성격이 불같다: tính nóng như lửa)

Đáp án | 답안

1. Trong tình huống đấy, trọng tài phạt thẻ vàng đối với tiền đạo đội Việt Nam là chính xác.
2. Ở Việt Nam, nhiệt độ tầm 10 độ là lạnh lắm rồi.
3. Cứ tầm nửa đêm là tôi lại thèm ăn cái gì đó.
4. Cứ đến ngày tết là gia đình chúng tôi lại sum vầy trong bầu không khí đầm ấm và cùng nhau ăn tết.
5. Hễ ai làm trái ý một tí là nó lại nổi cáu lên. Người gì mà (tính) nóng như lửa.

43 có + động từ.
Có + A + (thì 주어) + mới + B.

1 'có' + động từ

동사 앞에 'có'가 쓰이면 어떤 행동이나 사건이 일어났음을 인정하거나 긍정한다.

Ví dụ

Tôi có biết đại khái thôi chứ chưa được nghe đầy đủ câu chuyện.
(đại khái: 대략적으로/ 대충)

A: Cơ quan em đã điều chỉnh nội quy chưa?
(điều chỉnh: 조절하다/조정하다, nội quy: 내규)

B: Vâng. Ban lãnh đạo cơ quan em có điều chỉnh nội quy sao cho phù hợp với tình hình mới rồi. (ban lãnh đạo: 경영진, 운영위원회)

Em xong việc thì qua chỗ chị nhá! Chị có làm mấy món ngon ngon đãi em đấy.
(đãi/ chiêu đãi: 대접하다)

2 [Có + A + (thì 주어) + mới + B]

'A해야지 (주어는) 비로소 B하다.' (A, B: 서술어. 'Có' 생략 가능)

이 문형은 A가 B의 필수적이고 당연한 조건이라는 화자의 경험과 주관적인 생각을 나타낸다.

Ví dụ

Có đi nhiều nơi, gặp gỡ nhiều người thì chúng ta mới mở mang kiến thức được. (mở mang: 확대하다/넓히다, kiến thức: 지식)

(Có) sinh con mới hiểu hết lòng cha mẹ. (cha mẹ = bố mẹ)

(Có) gặp khó khăn, hoạn nạn mới biết lòng người. (hoạn nạn: 고난/곤경)

Có làm thì mới có ăn.

Có qua thì mới có lại.

Bài luyện | 연습문제

Sử dụng 'có' trước động từ hoặc cấu trúc [có A thì mới B] để viết lại các câu sau đây bằng tiếng Việt.

1 나는 너에게 그 원피스를 돌려준 것으로 기억하는데. (원피스/ 치마가 포함된 투피스: bộ đầm / bộ váy)

2 저는 외국고객과 여러 번 접촉했기 때문에 외국인과 커뮤니케이션하는 데 꽤 자신이 있어요.
(접촉하다: tiếp xúc)

3 젊을 때 노력하고 어려움을 견뎌야지 노후에 편하게 살 수 있어요.
(젊을 때: khi trẻ / tuổi trẻ, 노후: về già, 편하게 살 수 있다: được sống an nhàn)

4 서로 믿어야지 오래오래 함께 일할 수 있어요. (오래오래: lâu dài)

5 제 생각에는 어떤 분야든지 마찬가지예요. 끈기가 있어야지 결국 성공할 수 있어요.
(마찬가지다: cũng vậy, 끈기 있다: kiên trì)

Đáp án | 답안

1. Chị có nhớ là đã trả lại cho em bộ đầm đó rồi mà.
2. Tôi cũng có tiếp xúc với khách hàng nước ngoài vài lần rồi nên khá tự tin trong giao tiếp với người nước ngoài.
3. Tuổi trẻ có cố gắng và chịu khó thì về già mới được sống an nhàn.
4. Có tin tưởng nhau thì mới làm việc lâu dài với nhau được.
5. Theo tôi, ở lĩnh vực nào cũng vậy. Có kiên trì thì mới thành công được.

(Cho dù / Dù) có + A + thì cũng + B.
A + thì cũng chỉ + B + là cùng.

1 [(Cho dù / Dù) có + A + thì cũng + B]
(A: 노력이나 조치에 관한 가정 / B: 부정적인 의미나 부정구조)

이 문형은 가정(A)에 대하여 부정적인 결과(B)를 예상할 때 사용된다.

> **Ví dụ**

Thôi, bỏ ý định tham gia đi. Có tham gia vào thì cũng không giải quyết được gì.

Cho dù có suy nghĩ nát óc thì cũng chẳng có tác dụng gì.
(nghĩ nát óc: 머리를 짜내어 생각하다)

Anh tỉnh lại đi. Dù anh có cao thêm 10 cm hay có nhà lầu xe hơi thì tôi cũng không bao giờ để ý đến anh đâu. (tỉnh lại: 정신 차리다, nhà lầu: 고층 집)

2 [(Cho dù / Dù) có + A + thì cũng chỉ + B + (mà thôi)]
'A를 해봤자 B라는 결과밖에 안 되다'

이 문형은 가정(A)에 대하여 미비한 결과(B)를 예상하면서 상대방을 부정적인 방향으로 설득할 때 주로 사용된다.

> **Ví dụ**

Thôi, nói lắm làm gì? Có nói thì cũng chỉ đến thế mà thôi. (chỉ đến thế: 딱 그 정도까지)

Ung thư giai đoạn cuối rồi. Có phẫu thuật thì cũng chỉ sống được 1 năm thôi.
(giai đoạn: 기간, 단계, 시기)

3 [A + thì cũng chỉ + B + là cùng]
'A를 해봤자 B까지가 최대이다', 'A를 해봤자 B가 맥시멈이다'

이 문형은 (2)번과 같은 의미지만 최대라는 뜻을 가지고 있는 'là cùng'을 추가함으로써 좀 더 극단적인 예상을 나타낸다. 서술어 A 뒤에 'lắm', 'mấy'가 함께 사용되면 가정의 정도가 더 강조된다.

(Cho dù / Dù) có + A + thì cũng + B. A + thì cũng chỉ + B + là cùng.

> **Ví dụ**

Cứ để nó ăn. Trẻ con ăn nhiều thì cũng chỉ được 2 suất là cùng.

Cố gắng mấy thì cũng chỉ lên được chức trưởng phòng là cùng. Không bao giờ lên được chức giám đốc bộ phận đâu.

Bài luyện | 연습문제

Sử dụng mẫu câu [có A thì cũng (chỉ) B] để viết lại các câu sau đây bằng tiếng Việt.

1. 이 인덕션은 엄청 오래됐어요. 수리하더라도 쓸 수 있다는 보장이 없어요.
   (인덕션: bếp từ, ~할 보장이 없다: chưa chắc + 서술어:)

   _____

2. 요즘 경쟁이 치열해요. 이벤트를 하더라도 아무 소용 없어요.
   (경쟁이 치열하다: Cạnh tranh khốc liệt, 이벤트/판매촉진 이벤트: chương trình khuyến mại)

   _____

3. 고속도로로 가도 국도보다 겨우 10분 정도만 빨라요.

   _____

4. 나는 베트남과 같은 열대국가에서는 겨울에 아무리 추워도 0도까지 내려가는 게 맥시멈일 거라고 예상한다. (열대: nhiệt đới, 예상하다: đoán)

   _____

5. 이 소파 세트(테이블과 의자)는 진짜 가죽이 아니에요. 비싸 봤자 천만 동이 맥시멈이다.
   (소파 세트: bộ bàn ghế sopha, 진짜 가죽: da thật)

   _____

Đáp án | 답안

1. Cái bếp từ này cũ lắm rồi. Cho dù có sửa thì cũng chưa chắc dùng được.
2. Dạo này cạnh tranh khốc liệt lắm. Có làm chương trình khuyến mại thì cũng chẳng tác dụng gì.
3. Có đi đường cao tốc thì cũng chỉ nhanh hơn đường quốc lộ khoảng 10 phút thôi.
4. Tôi đoán (là) ở nước nhiệt đới như Việt Nam, mùa đông lạnh mấy thì cũng chỉ xuống đến 0 độ là cùng.
5. Bộ bàn ghế sopha này không phải da thật. Đắt lắm thì cũng chỉ tầm 10 triệu là cùng.

45. Ai đó, gì đó, đâu đó, lúc nào đó. Toàn 의 용법

1 Cách nói về người hoặc sự vật không xác định.
불특정 사람/사물 관련 표현.

ai đó / người nào đó: 누군가, 어떤 사람 (someone)

gì đó / cái gì đó: 뭔가, 어떤 것 (something)

명사 + nào đó: 어떤 명사

đâu đó / ở đâu đó: 어딘가, 어딘가에 (somewhere)

lúc nào đó: 언젠가

'đó / đấy'는 의문대명사 뒤에 사용되어 지정하지 않은, 불특정의 뜻을 나타낸다.

Ví dụ

Lúc nãy, có ai đó / người nào đó đến tìm anh đấy.

Đói quá. Phải ăn ngay cái gì đấy mới được.

Lúc này, tôi chỉ muốn đi một nơi nào đó thật xa.

Ở đâu đó chắc sẽ có một nửa của tôi.

Chuyện đó thì lúc nào đấy tôi sẽ nói với anh sau.

2 Cách sử dụng từ 'toàn'

a. 'Toàn (là)' + 명사

'Toàn (là)'는 명사 앞에 사용되어 해당 사물의 수량이 많고 종류가 통일되었음을 나타낸다.

Ví dụ

Chợ đó toàn đồ rẻ tiền.
(Ở chợ đó có nhiều đồ rẻ tiền, và chỉ có đồ rẻ tiền, không có đồ đắt tiền.)

127

> **Lưu ý**
>
> 구조 [toàn + 명사]는 다음과 같이 사용될 수 있다.
>
> [toàn là + 명사] 또는 [toàn + 명사 + là + 명사]
>
> **Ví dụ** Dạo này bà Mai chỉ ăn toàn là rau, không ăn thịt cá gì cả.
> Sách tiếng Việt cao cấp này toàn chữ là chữ. Nhìn đau mắt quá.

b. 'Toàn' + 동사

이 구조는 빈번하게, 자주 발생하며 거의 규칙이 된 행동을 표현하기 위해 사용된다.

Ví dụ

Tôi toàn đi cửa sau nên không biết trước tòa nhà có gì.
(Tôi luôn luôn đi cửa sau)

Nó toàn mượn tiền bạn bè rồi quên trả.
(Nó luôn mượn tiền bạn bè rồi quên trả)

Bài luyện | 연습문제

Sử dụng các danh từ không xác định hoặc 'toàn' để viết lại các câu sau đây bằng tiếng Việt.

1 누군가의 본성을 정확하게 파악하는 건 절대 쉬운 일이 아니다.
(본성: bản chất / bản tính, 파악하다: hiểu / nắm bắt, 절대 ~하지 않다: không ~ chút nào)

---

2 이 지구 어딘가에서 그녀가 매우 즐겁고 행복하게 살고 있을 거라 믿으세요. (지구: trái đất)

---

3 저희 대학생은 거의 고급 레스토랑에서 먹지 않아요. 저희는 항상 길거리 음식점이나 대중식당에서 먹어요. (저희: bọn em / chúng em, 대중식당: cơm bình dân / quán cơm bình dân)

4 홍 형은 성격이 좀 이상한 것 같아요. 그 형은 항상 엉뚱한 얘기만 하니 들어도 무슨 소리인지 모르겠어요. (성격이 이상한: hâm / hâm hâm / dở hơi)

5 우리집 바로 옆집의 하이 할아버지는 골동품 수집을 매우 좋아해요. 그 할아버지 집은 죄다 골동품뿐이에요. (바로 옆집: kế bên, 골동품: đồ cổ)

Đáp án | 답안

1 Việc hiểu chính xác bản chất của một ai đó không phải là điều dễ dàng chút nào.
2 Hãy tin rằng ở một nơi nào đó trên trái đất này, cô ấy đang sống rất vui vẻ hạnh phúc.
3 Sinh viên bọn em ít khi ăn ở nhà hàng cao cấp lắm. Bọn em toàn ăn ở quán vỉa hè hay cơm bình dân thôi.
4 Hình như anh Hùng tính hâm hâm thì phải. Anh ấy toàn nói những chuyện linh tinh, nghe chẳng hiểu gì.
5 Ông Hai kế bên nhà tôi rất thích sưu tầm đồ cổ. Trong nhà ông ấy toàn là đồ cổ.

46 quên 의 용법

동사 'quên'은 명사 앞에 쓰이는 경우가 대부분이다. 그 외에는 다음 용법도 있다.

1 'Quên' + động từ: ~하는 걸 깜박했다, ~할 것을 깜박했다
'Quên là' / 'Quên (mất) là' + mệnh đề: ~라는 것 잊었다, ~한 것 잊었다.

Ví dụ

Hôm qua, anh bận tối mắt tối mũi nên là quên nhắn tin cho em.

Sao anh lại để lộ bí mật một cách dễ dàng như vậy? Anh quên mất là mình đã hứa sẽ không bao giờ hé nửa lời rồi à? (hé nửa lời: 입을 열다)

Em quên là chúng ta cùng hội cùng thuyền à? (cùng hội cùng thuyền: 같은 배를 타다)

2 'Quên không' + động từ / 'Quên chưa' + động từ
깜박해서 ~를 안 했다, ~하는 것을 깜박했다

이 표현 방식은 '해야 할 일을 깜박해서 안 했다'라는 뜻을 나타내며, 상황에 따라 ['quên' + động từ]와 같은 의미를 가리킬 수 있다.

Ví dụ

Cô quên chưa dặn các em. Mai âm độ nên toàn trường được nghỉ nhé!

Ôi trời. Suýt nữa thì quên không tắt bếp.

3 [Để quên + (명사) + ở / trên / trong + 장소 + (mất rồi)]
깜박해서 / 실수로 명사를 장소에 두고 왔다.

Ví dụ

Sao mà mình lại đãng trí thế này. Để quên ví trên bàn ở quán cà phê mất rồi.
(đãng trí: 건망증이 심한 / 잘 잊어버리는)

quên 의 용법

Thỉnh thoảng, báo chí đưa tin bác sĩ để quên dao trong bụng bệnh nhân khi mổ. Thật không thể nào tưởng tượng nổi.

(báo chí: 언론매체, đưa tin: 보도하다, dao: 칼, mổ: 수술하다)

Bài luyện | 연습문제

Sử dụng từ 'quên' để viết lại các câu sau đây bằng tiếng Việt.

1 헉. 제가 핸드폰을 집에 두고 왔어요. 어떻게 연락하죠?

2 당신은 상황을 너무 단순하게 인식하고 있네요. 예전에 우리가 고객의 취향을 꼼꼼하게 살펴보지 않아서 한 번 망한 것 잊지 마세요.

(인식하다: nhìn nhận/ nhận thức, 취향: thị hiếu, 망하다: phá sản)

3 망했다. 빨래를 걷는 걸 깜박했다. 테라스에 널어 놓은 빨래가 다 젖었겠다.

(감탄으로 '망했다': thôi chết, 빨래를 걷다: thu quần áo, 테라스: sân thượng, 널다: phơi, 젖다: ướt)

4 지나가는 예쁜 아가씨를 보느라 좌회전할 때 깜빡이 켜는 걸 잊었어요.

(깜빡이를 켜다: bấm xi-nhan)

5 우리는 사느라고 바빠서 잊는다 (베트남어에서 '바쁜 생활이 우리를 잊게 만든다'로 표현됨). 행복이란 바로 일상의 사소한 기쁨이라는 것. (사소한: nhỏ nhặt)

Đáp án | 답안

1. Ôi trời ơi. Em để quên điện thoại ở nhà rồi. Làm sao liên lạc bây giờ?
2. Anh nhìn nhận tình hình đơn giản quá đấy. Anh đừng quên là ngày trước chúng ta đã bị phá sản một lần vì chưa tìm hiểu kỹ thị hiếu của khách hàng.
3. Thôi chết. Quên mất không thu quần áo vào. Quần áo phơi ở sân thượng chắc bị ướt hết rồi.
4. Do nhìn cô gái đẹp đi qua mà tôi đã quên bấm xi-nhan khi rẽ trái.
5. Cuộc sống bận rộn khiến chúng ta quên mất rằng hạnh phúc chính là những niềm vui nhỏ nhặt thường ngày.

부정강조 조사 đâu 의 용법
Không + 동사 + 의문사 + hết / cả / hết cả.

문미에 위치한 'đâu'는 부정을 강조하는 조사로 대화에서 많이 쓰이는데 이는 3가지 형태로 나뉠 수 있다.

1 [서술어 + đâu]

이 구조는 해당 서술어를 부정의미로 전환하기 위해 편한 사이에 사용되며, 상대방 의견에 반박하거나 칭찬에 겸손하게 반응할 때 쓰인다. 또한 긴 문장보다 주어 없이 [서술어 + đâu]의 짧은 구조로 이루어진다.
참고로 [서술어 + gì]도 같은 의미로 표현할 수 있다.

Ví dụ

A: Anh bị ốm à?

B: Ốm đâu / Ốm gì. Anh chỉ hơi mệt thôi.

A: Con trai chị học giỏi thế? Nghe nói là con chị đứng nhất lớp à?
　(đứng nhất / đứng đầu: 일등하다)

B: Giỏi đâu / Giỏi gì. Cháu học bình thường mà.

2 [Có + 서술어 + đâu], [đâu có + 서술어]

이 구조는 부정을 강조하면서 상대방 의견을 강하게 반박하기 위해 사용된다.

Ví dụ

A: Bạn nói xấu tớ với mọi người à?

B: Tớ có nói xấu bạn đâu. / Tớ đâu có nói xấu bạn.

Tôi có muốn như vậy đâu.

3 [Không + 서술어 + đâu]

이 구조는 단호하게 거절하거나 상대방을 설득하거나 위안을 주기 위해 사용된다.

> **Ví dụ**

A: Em vào được không?!

B: Không được đâu. (단호 거절)

A: Món này có vẻ cay. Em không ăn đâu. (단호 거절)

B: Ăn thử đi. Không cay đâu. (설득)

A: Em xin lỗi nhé.

B: Không sao đâu. (상대방 위안)

Tôi không muốn như vậy đâu.

● Tham khảo thêm các cách nói nhấn mạnh ý phủ định sau đây.

[Không / Chẳng + 동사 + 의문사 + cả]

이 표현 방식은 절대적으로 부정하는 뜻을 나타낸다.

> **Ví dụ** Chị My kêu đói vì cả ngày hôm nay chị ấy không ăn gì cả. (kêu: 투덜대다/ 부르다)
>
> Nếu không lấy được em thì anh sẽ không lấy ai cả.

같은 의미로 아래와 같은 형식도 있다.

[주어 + không / chẳng + 동사 + 의문사 + hết]
[주어 + không / chẳng + 동사 + 의문사 + hết cả]

> **Ví dụ** Tôi chẳng cần phải nhờ vả ai hết cả. (nhờ vả: 부탁하다, 손벌리다)
>
> Chị cứ tự nhiên như ở nhà! Không cần làm gì hết.

부정강조 조사 đâu 의 용법. Không + 동사 + 의문사 + hết / cả / hết cả.

Bài luyện | 연습문제

Sử dụng các cách nói nhấn mạnh ý phủ định để viết lại các câu sau đây bằng tiếng Việt.

1 A: 오빠는 왜 그렇게 남의 기분에 전혀 관심이 없어요? 무심한 것도 정도가 있지.
(기분: tâm trạng, 정도가 있다/적당히 하다: vừa thôi / vừa phải thôi / có mức độ thôi)

B: 나는 무심하지 않은데. 난 너에게 여전히 관심 많잖아.

2 A: 다음 주에 싸이곤에 놀러갈 때 호텔에 묵을 예정이에요. 두 분의 집에 얹혀살면 두 분에게 너무 신세지는 것 같아서요. (얹혀살다: ở nhờ, 신세지다: phiền/làm phiền)

B: 신세는 무슨? 전혀 신세가 아니예요. (걱정 말고) 그냥 오빠 언니 집에 와서 살아요.

3 전 말했습니다. 저는 당신을 도와주지 못합니다. (단호한 어감으로)

4 제가 이번 사건에 전혀 관여하지 않았음을 맹세합니다.
(사건: sự việc / vụ việc, 관여하다: can dự, 맹세하다: thề)

5 맛있는 음식을 보면 그 애는 반드시 이성을 잃고 다이어트 하고 있는 것을 아예 잊어버려요.
(이성을 잃다: mất hết lý trí)

Đáp án | 답안

1. A: Sao anh chẳng bao giờ quan tâm đến tâm trạng của người khác vậy? Anh vô tâm vừa thôi.

    B: Anh có vô tâm đâu./ Anh đâu có vô tâm. Anh vẫn quan tâm đến em nhiều mà.

2. A: Tuần tới vào Sài Gòn chơi, em định thuê khách sạn ở. Ở nhờ nhà anh chị thì phiền cho gia đình anh chị quá.

    B: Phiền gì? Không phiền đâu. Em cứ đến nhà anh chị mà ở.

3. Tôi nói rồi đấy. Tôi không giúp được anh đâu.
4. Tôi thề là tôi không can dự gì trong vụ việc lần này cả.
5. Cứ nhìn thấy đồ ăn ngon là nó mất hết lý trí, chẳng nhớ gì đến việc giảm cân hết.

Không biết + 서술어 + là gì.
Không thể không + 서술어.
Đành / đành phải + 동사

1 [Không biết + 서술어 + là gì]
[Không bao giờ biết + 서술어 + (là gì)]
[Không hề biết đến + 서술어]

이 구조는 한 행동, 상태를 절대적으로 부정하기 위해 사용되고 '전혀 아니다' 라는 뜻을 가지고 있다.

Ví dụ

Nó lạc quan lắm. Không bao giờ biết buồn. (Nó không bao giờ buồn)

Dạo này bận túi bụi, không biết nghỉ ngơi là gì.
(Dạo này hoàn toàn không nghỉ ngơi) (bận túi bụi: 정신없이 바쁘다)

Từ trước đến nay cuộc đời của tôi khá suôn sẻ. Tôi chưa từng biết thất bại hay đau khổ là gì. (đau khổ: 마음이 아프고 고생하다)

Tôi chưa thấy ai ngoan hiền như chồng chị Liễu. Không hề biết đến chơi bời, nhậu nhẹt. (chơi bời: 노는 일 통틀어 이르는 말, nhậu nhẹt: 술 마시는 일 통틀어 이르는 말)

2 [Không thể không + 서술어]: '~안 할 수 없다'

이 표현법은 어떠한 상황 때문에 뭔가를 불가피하게 해야 함을 나타낸다.

Ví dụ

Anh ấy cứ mời đi mời lại khiến tôi không thể không đi.

Đây là môn học bắt buộc nên là học sinh không thể không đăng ký.
(bắt buộc: 필수의, 강요하다)

Nói đến các điểm du lịch tiêu biểu của thủ đô Hà Nội thì không thể không nhắc đến Hồ Gươm hay còn gọi là Hồ Hoàn Kiếm.
(nhắc đến: 언급하다, hay còn gọi là ~: ~로 불리기도 하다)

3 [Chủ ngữ + 'đành / đành phải' + động từ + (vậy)]
'어쩔 수 없이 ~하다', '어쩔 수 없이 ~해야 하다'

이 구조는 어떠한 행동을 어쩔 수 없이 해야할 때 사용된다. 즉, 원치 않지만 해야만 하는 것을 표현한다. 이 구조는 (2)번과 비슷한 뜻을 나타내나 원치 않는 행동이라는 점에서 구별된다.
(대화에서 화자가 어쩔 수 없이 어떤 상황을 받아들여야 함을 강조할 때 문미에 'vậy'를 붙여 사용함)

> Ví dụ

Hoàn cảnh gia đình khó khăn nên anh em chúng tôi đành bỏ học giữa chừng.
(hoàn cảnh: 형편/처지, giữa chừng: 과정 중간에)

Dạo này giá xăng dầu tăng nên tôi đành đi xe đạp đến công ty.

Vì thi trượt đại học nên anh ấy đành đi làm công nhân.

Sinh viên A: Tháng này hết tiền rồi. Làm sao bây giờ?
Sinh viên B: Hết tiền thì đành nhịn đói vậy. Biết sao giờ? (nhịn đói: 굶다)

Bài luyện | 연습문제

Sử dụng các cấu trúc 'không biết ~ là gì', 'không thể không ~' hoặc 'đành phải ~' để viết lại các câu sau đây bằng tiếng Việt.

1 비록 이 단가로 공급하면 우리가 손해를 보겠지만 우리는 체결한 계약서의 조항을 준수할 수밖에 없습니다. (단가: giá thành, 손해보다: bị thiệt/bị thiệt hại/bị lỗ)

_____

2 저는 소탈한 사람이에요. 밖에 나갈 때 절대 화장하거나 옷에 멋 부리지 않아요.
(소탈한: xuề xòa, 옷에 멋부리다: mặc diện)

_____

3 그 애는 부유한 집에서 태어나고 자랐기 때문에 가난이나 부족함이 뭔지 전혀 몰라요.
(태어나고 자라다: sinh ra và lớn lên / sinh trưởng, 가난이나 부족함: nghèo khổ hay thiếu thốn)

4 그 거지가 너무나 불쌍해 보였어요. 저는 그 사람에게 돈을 좀 줄 수밖에 없었어요.
(거지: người ăn xin / kẻ ăn mày, 불쌍하다: tội nghiệp)

5 그때는 비가 왔는데 주변에 그 가게밖에 없었어요. 우리는 어쩔 수 없이 거기서 우비를 사야 했어요. 비록 바가지를 쓰기는 했지만요.
(우비: áo mưa, 바가지를 쓰다: mua đắt / mua hớ / giá đắt cắt cổ)

 Đáp án | 답안

1 Mặc dù nếu cung cấp với giá thành này thì chúng ta sẽ bị lỗ nhưng chúng ta không thể không tuân thủ các điều khoản trong hợp đồng đã ký.
2 Tôi là người xuề xòa. Chẳng bao giờ biết trang điểm hay mặc diện khi ra ngoài cả.
3 Nó sinh trưởng trong một gia đình giàu có nên không hề biết đến nghèo khổ hay thiếu thốn.
4 Trông người ăn xin ấy tội nghiệp lắm. Tôi không thể không cho anh ta chút tiền.
5 Lúc đấy trời mưa mà xung quanh chỉ có mỗi cửa hàng đấy. Chúng tôi đành phải mua áo mưa ở đó mặc dù giá đắt cắt cổ.

49. Chẳng ~ là gì / còn gì.
A thì + ai chẳng / gì chẳng / đâu chẳng + B.

이하의 문형은 구어체에서 사용하는 긍정 강조 표현들이다.

1 [chẳng + 서술어 + là gì / còn gì], [서술어 + còn gì]
(무슨 소리예요?) '분명히 ~했잖아요', '분명히 ~하고 있는 거 아닙니까?'

이 문형은 어떤 일이나 행동이 일어났거나 일어나고 있음을 확실히 긍정하면서 상대방의 의견을 부정하고 반박하는 어감으로 말할 때 사용된다.

Ví dụ

A: Sao anh không đứng về phía em khi bạn anh trêu em?
B: Anh chẳng bênh em còn gì. (Anh chắc chắn đã bênh em.)

A: Dạo này con lười học quá rồi đấy.
B: Con chẳng đang học là gì. / Con đang học còn gì. (Con đang học mà.)

A: Tôi chẳng bao giờ mua hàng ký sổ cả. (ký sổ / mua chịu: 외상하다)
B: Sao chị quên nhanh thế? Bữa hôm nọ chị chẳng ký sổ bà Minh 2 chai nước ngọt là gì.

2 A는 명사 또는 동사, B는 서술어일 경우

[A + thì ai chẳng + B]: A면 / A하면 누가 B 안 하겠습니까? (모든 사람이 B하다)
[A + thì (ở) đâu chẳng + B]: A면 / A하면 어디가 B 안 하겠습니까? (어디든 B하다)

A는 명사, B는 서술어일 경우

[A + thì (cái) gì chẳng + B]: A면 뭐가 B 안 하겠습니까? (모든 것이 B하다)
[A + nào chẳng + B]: 어떤 A가 B 안 하겠습니까? (모든 A가 B하다)

이 문형은 [ai cũng ~], [đâu cũng ~], [gì cũng ~], [명사 + nào cũng ~], 그리고 [복수주어 + đều ~] 와 비슷한 의미를 나타내며 언급된 사실에 대해 대수롭지 않게 긍정할 때 사용된다.

> **Ví dụ**

Nuôi con thì ai chẳng vất vả.
(Nuôi con thì ai cũng vất vả. / Nuôi con thì mọi người đều vất vả.)

Trung tâm thương mại thì cái gì chẳng đắt.
(Trung tâm thương mại thì cái gì cũng đắt. / Trung tâm thương mại thì mọi thứ đều đắt.)

Cuộc sống thì ở đâu chẳng thế. (Cuộc sống thì ở đâu cũng thế). Có người này người kia.

Bài luyện | 연습문제

Sử dụng các cách nói nhấn mạnh ý khẳng định để viết lại các câu sau đây bằng tiếng Việt.

1 A: 제 친구들은 누구나 명품백을 최소 몇 개 가지고 있어요. 오직 저만 없어요.

_____

B: 얼마 전에 오빠가 (분명히) 너에게 하나를 선물했잖니.
(얼마 전에: Cách đây ít lâu / cách đây không lâu)

_____

2 A: 미북 정상회담이 올해 2월에 하노이에서 진행될 거라고 들었어요. (그 정보가) 정확한 건지 모르겠네요.
(미북 정상회담: hội nghị thượng đỉnh Mỹ _ Triều, 진행되다: được tổ chức / được tiến hành)

_____

B: 신문과 방송에서 (분명히) 이미 공식적으로 그렇게 보도하지 않았습니까? (신문과 방송: báo đài)

3 A: 무슨 집이 항상 이렇게 쓰레기장처럼 어질러져 있는 거야?
(쓰레기장: bãi rác, 어질러져 있다: bừa bộn / bừa bãi)

B: 내가 청소하고 있잖니.

4 시부모님과 같이 살면 누가 안 불편하겠어요? (안 불편한 사람이 어디 있겠어요?)

5 어떤 외국어가 안 어렵겠어요? 언어천재가 아닌 이상은. (천재: thiên tài)

Đáp án | 답안

1. A: Đám bạn của em ai cũng có ít nhất vài cái túi hàng hiệu. Mỗi em là không (có).
   B: Cách đây ít lâu, anh chẳng tặng em một cái rồi còn gì.
2. A: Nghe nói hội nghị thượng đỉnh Mỹ - Triều sẽ được tổ chức ở Hà Nội vào tháng 2 năm nay. Không biết có chính xác không nhỉ?
   B: Báo đài đã đưa tin chính thức là như vậy rồi còn gì.
3. A: Nhà cửa gì mà lúc nào cũng bừa bộn như một bãi rác thế này?
   B: Anh chẳng đang dọn là gì.
4. Sống cùng bố mẹ chồng thì ai chẳng bất tiện.
5. Ngoại ngữ nào chẳng khó, trừ khi anh là thiên tài ngôn ngữ.

50 복수 표현 정리
Tất cả, cả, toàn, toàn bộ, toàn thể

Tất cả, cả, toàn, toàn bộ, toàn thể

이 단어들은 한 그룹의 복수 전부를 가리키지만 다음과 같은 차이가 있다.

• **tất cả**: 전부, 전체 • **cả + 집합 명사**: 집합 전체 • **toàn + 집단 명사**: 집단 전체, 집단 일동 • **toàn bộ + 사물**: 사물 전부 • **toàn thể + 사람**: 사람 일동	• **복수주어 + đều + 서술어**: 복수주어가 모두 서술어하다

1 **tất cả**: 각종 명사와 광범위하게 결합 가능하며 'những', 'các', 'mọi' 와 같은 복수 부사 앞에 위치할 수 있다.

Ví dụ

Tất cả các phát minh của nhà khoa học đó đều nhằm phục vụ nhu cầu sinh hoạt hàng ngày của con người.
(phát minh: 발명/발명하다, nhằm ~: ~하기 위해 / ~목적으로, nhu cầu: 수요)

Quy định này được áp dụng cho tất cả mọi thí sinh tham gia kỳ thi đại học từ năm 2019 trở đi. (kỳ thi: 시험)

2 **cả**: 집단, 단체를 나타내는 명사와만 결합하여 집단/단체의 전체를 가리키고(예 nhà, gia đình, làng, nước, trường, lớp, công ty 등), 시간단위를 나타내는 단어들과 결합한다. (예 ngày, tháng, năm).

- **'Cả' + 집합명사**

    Dịch vụ bảo hiểm của công ty chúng tôi sẽ mang đến cho cả gia đình bạn sự yên tâm. (sự yên tâm: 안심)

Xin thông báo, từ 2 giờ chiều nay trở đi, cả xóm đều bị cắt nước. Thời gian có nước lại thì chúng tôi sẽ thông báo sau. (xóm: 동네, 작은 마을)

- 'Cả' + 시간명사 (cả giờ / cả tiếng đồng hồ, cả buổi, cả sáng, cả ngày, cả tuần, cả tháng, cả năm, cả đời)

Đi chợ gì mà mất cả buổi thế? Lề mề kiểu này thì lấy đâu ra thời gian mà kiếm tiền? (lề mề: 꾸물대다/ 지체하다, lấy đâu ra + N: 명사를 어디서 마련하니?)

- Cả A và B: A와 B 둘 다

3 toàn: 'cả'와 비슷하지만 비교적 큰 규모의 집단, 단체를 나타내는 명사와 결합하고 (예 toàn công ty, toàn quận, toàn thành phố, toàn quốc), 한 국가의 국민을 가리킬 수 있다. (예 toàn dân, toàn dân tộc).

Đoàn kết toàn dân tộc là truyền thống quý báu của đất nước ta, được gìn giữ phát huy qua hàng nghìn năm dựng nước và giữ nước.
(quý báu: 귀한/귀중한, gìn giữ: 지키다, phát huy: 발휘하다, dựng nước: 나라를 세우다)

Công an thành phố Hồ Chí Minh cho biết, trong năm 2018 trên địa bàn toàn thành phố đã không xảy ra ùn tắc giao thông.
(địa bàn: 일정한 행정지역의 단위, ùn tắc: 체증)

4 toàn bộ: 주로 사물을 나타내는 명사와만 결합한다. (예 đồ đạc, cây cối, nhà, xe…)

Toàn bộ thiết bị và đồ đạc của trường đều được trang bị mới nên vô cùng hiện đại.

5 toàn thể: 주로 사람을 나타내는 명사와만 결합한다. (예 giáo viên, sinh viên, học sinh, nhân dân, đồng bào…)

Ban lãnh đạo công ty xin gửi lời chúc tết năm mới an khang thịnh vượng tới toàn thể cán bộ và công nhân viên công ty.
(lời chúc tết: 설 덕담, an khang thịnh vượng: 건강과 경제적인 복을 기원하는 덕담, cán bộ: 간부/임원)

복수 표현 정리 Tất cả, cả, toàn, toàn bộ, toàn thể **50**

Bài luyện | 연습문제

Sử dụng 'cả / toàn / toàn bộ / toàn thể' một cách thích hợp để viết lại các câu sau đây bằng tiếng Việt.

1 이 거리에 있는 나무 전부가 100년 이상 된 고목나무들이다.
(나이 ~이상 된: có tuổi đời trên ~, 고목나무: cây cổ thụ)

2 학교 선생님과 학생은 전원 주목! 수학여행 출발을 위해 내일 오전 8시 정각에 교문 앞에 모이세요. (교문: cổng trường, 수학여행: đi thực tế)

3 어머니는 혼자서 젖소 100마리가 있는 농장 전체를 관리하신다.
(젖소: bò sữa, 농장: nông trại / nông trang)

4 나는 (이) 온 세상이 나에게 저항하는 것 같은 느낌이 든다.
(반항하다 /저항하다: chống lại, ~인 것 같은 느낌이 들다: có cảm giác như ~)

5 오늘과 내일 일기예보. 북부 전 지역에 대략 점심부터 저녁까지 큰 비가 올 것이며 내일 중으로 점차 그칠 겁니다. (점차/점점: dần / dần dần)

Đáp án | 답안

1. Toàn bộ cây xanh trên đường này đều là cây cổ thụ có tuổi đời trên 100 năm.
2. Toàn thể giáo viên và học sinh trường chú ý! Đúng 8 giờ sáng ngày mai tập trung tại trước cổng trường để khởi hành đi thực tế.
3. Một mình mẹ tôi quản lý cả nông trại 100 con bò sữa.
4. Tôi có cảm giác như cả thế giới này đang chống lại mình.
5. Dự báo thời tiết hôm nay và ngày mai, toàn miền Bắc sẽ có mưa lớn từ tầm trưa đến tối và tạnh dần trong ngày mai.

바로 써먹는
베트남어

고급 문법
& 작문

PART

III

51 Mỗi (마다, 각각의, 매) vs. hàng (매)

1 **Hằng + tuần nay / tháng nay / năm nay**
Suốt + mấy tuần nay / mấy tháng nay / mấy năm nay

이 문법 형식은 며칠 전 (또는 몇 주 전 / 몇 개월 전 / 몇 년 전)부터 지금까지 상대적으로 긴 얼마 동안의 시간을 표현할 때 사용된다.

Ví dụ

Các công nhân phải làm tăng ca hằng tuần nay để kịp hàng cho khách.
(tăng ca = làm thêm giờ)
(= Các công nhân phải làm tăng ca từ vài tuần trước và đến nay vẫn đang tăng ca.)

Đừng ai gọi tôi đi uống rượu nhé! Tôi cai rượu suốt mấy tháng nay rồi.
(cai rượu = bỏ rượu)

Hằng năm nay tôi không dám động đến váy. Tại sợ mặc váy lộ eo bánh mì.
(động đến ~: 손대다/입에 대다/건드리다, lộ: 감추고 싶은 것이 드러나다/들키다, eo bánh mì: 빵빵한 허리 라인)

Lưu ý

시간단위가 'tiếng / giờ'일 경우 뒤에 'nay'가 생략된다.

Hàng tiếng (đồng hồ) / hàng giờ (đồng hồ): 최소 1시간 이상 ~ 몇시간째를 뜻한다.
(= cả tiếng / cả tiếng đồng hồ)

Chuẩn bị nguyên liệu mà mất hàng tiếng đồng hồ thế thì bao giờ mới nấu ăn xong? (nguyên liệu: 재료, bao giờ mới + V + xong: 어느 세월에 다 동사해요?)

2 [Mỗi + 시간 단위] vs. [Hàng + 시간 단위]

시간 단위와 결합하는 두 단어가 모두 하나의 시간 단위를 뜻하지만, [Mỗi + 시간 단위]는 시간 단위별로 행동/현상에 대한 빈도나 할당량을 강조하며 횟수와 자주 결합하는 반면, [Hàng / hằng + 시간 단위]는 습관, 일상, 규정, 규칙 등이 시간 단위별 정기적으로 반복됨을 강조한다.

Ví dụ

Mỗi tháng, công ty chúng tôi tổ chức cho nhân viên đi dã ngoại 2 lần.
(dã ngoại: 소풍)

Bác sĩ khuyên bệnh nhân nên uống mỗi ngày 2 lít nước.

Hàng năm, gia đình tôi thường đi tảo mộ vào giữa tháng tư.
(tảo mộ: 성묘하다/벌초하다)

Ban giám đốc thường đi thị sát tình hình hoạt động của nhà máy vào thứ 5 hàng tuần. (thị sát: 시찰하다)

Lưu ý

어감이 조금씩 다를 수 있지만 같은 뜻을 나타내는 경우가 많다.

Ví dụ Tôi tập thể dục mỗi ngày. (빈도를 강조함)
        Tôi tập thể dục hàng ngày. (습관을 강조함)

Bài luyện | 연습문제

Sử dụng 'hằng ~ nay' hoặc 'suốt mấy ~ nay', 'mỗi', 'hàng' để viết lại các câu sau đây bằng tiếng Việt.

1 환끼엄 호수와 신의 거북이에 대한 전설이 수천 년간 존재해 왔습니다.
(신의 거북이: rùa thần, 전설: truyền thuyết, 존재하다: tồn tại)

 바로 써먹는 베트남어 3편

2 환경보호에 대한 인식을 강화하기 위한 운동이 요 몇 주간 벌어지고 있습니다.
(인식: nhận thức, 강화하다: tăng cường)

3 최근 몇 년간 면의 부녀회가 자원봉사활동 및 자선사업에 적극적으로 참여하고 있습니다.
(면의 부녀회: Hội phụ nữ của xã, 자원봉사활동: hoạt động tình nguyện, 자선사업: công tác từ thiện)

4 그 기업은 판매량 월 5,000개 증가를 목표로 합니다.
(판매량: doanh số bán hàng, 목표하다: đặt mục tiêu)

5 달력 인쇄물은 매년 구정을 앞두고 인쇄 및 출판됩니다.
(인쇄물: ấn phẩm, 구정을 앞두다: giáp tết, 출판하다: xuất bản)

 Đáp án | 답안

1. Truyền thuyết về Hồ Gươm và Rùa thần đã tồn tại hằng nghìn năm nay.
2. Cuộc vận động nhằm tăng cường nhận thức về bảo vệ môi trường diễn ra suốt mấy tuần nay.
3. Hằng năm nay (또는 Mấy năm nay / Mấy năm gần đây), hội phụ nữ của xã tích cực tham gia các hoạt động tình nguyện và làm công tác từ thiện.
4. Doanh nghiệp đó đặt mục tiêu tăng doanh số bán hàng lên 5000 sản phẩm mỗi tháng.
5. Các ấn phẩm lịch được in và xuất bản hàng năm vào dịp giáp tết.

52 Mỗi vs. từng

두 단어가 모두 하나의 수량을 나타내지만 'mỗi'(각각의)는 그룹에서 각 단위의 같음을 강조하며, 'từng'(하나씩)은 각 단위의 차례성을 강조한다.

1 'Mỗi' + danh từ: 각각의 명사, 명사마다

Ví dụ

Ở Việt Nam, trung bình mỗi người có một cái xe máy.

Mỗi hộ nghèo ở nông thôn được phát 1 cái chăn và 10 cân gạo.
(hộ: 가구, phát: 배포하다/나눠주다, chăn: 이불)

Mỗi người trong nhóm chúng tôi đều có những kỷ niệm đẹp đẽ về tuổi học trò.
(nhóm: 그룹, tuổi học trò: 학생 때)

> ○ Tham khảo thêm các cách nói sau.
>
> – 'Mỗi khi' + động từ / 'Mỗi lần' + động từ: ~할 때마다
>
> – Mỗi người một khác / Mỗi người mỗi khác: 사람마다 다르다.
>
> – Mỗi người một ý kiến (riêng / khác nhau): 사람마다 각각의 의견이 있다.
>
> – Mỗi lúc một khác: 그때 그때 다르다.

2 'Từng' + danh từ / 'Từng' + danh từ + 'một'
'명사 하나씩 순서대로 / 차례대로'

Ví dụ

Tôi đã đọc rất kỹ từng trang (một). (한 장 한 장씩 순서대로 꼼꼼하게 읽었다는 뜻)

151

Từng người một vào phòng tư vấn.
(한 명씩 차례로 상담실에 들어간다는 뜻. A가 먼저 들어가고, 그 후 B가, B다음에 C)

Sếp quan tâm hỏi thăm từng nhân viên (một).
(상사가 직원에게 한 명 한 명씩 관심을 가져 안부를 묻는다는 뜻. 직원 A에게 안부를 묻고, 그 후 직원 B에게, B 다음 C에게)

Từng góc phố, từng hàng cây nơi đây đã gắn bó với tuổi thơ tôi. (góc phố: 길목, hàng cây: 가로수, gắn bó với ~: ~와 함께한 시간이 아주 길어서 애착이 깊다, tuổi thơ: 유년기)

○ Tham khảo thêm các cách nói sau.

– Tùy từng người: 사람마다 다르다.

– Tùy từng trường hợp: 상황에 따라 다르다, 경우에 따라 다르다.

– Món ăn Việt Nam đa dạng theo từng vùng miền: 베트남 음식은 각 지역별로 다양하다.

– Ôn tập theo từng chủ đề. 각 주제별로 복습하다.

Bài luyện | 연습문제

Sử dụng 'mỗi' hoặc 'từng' sao cho phù hợp để viết lại các câu sau đây bằng tiếng Việt.

1 우리 아이 학교에서는 이번 학기부터 규정상 학생 한 명당 최소한 2벌의 교복이 있어야 해요.
(최소한: ít nhất, 벌/세트: bộ, 교복/유니폼: đồng phục)

2 내 생각은 이 사람을 다른 사람과 비교하지 않는 게 좋아요. 왜냐하면 사람마다 각각의 장단점이 있기 때문이에요. (장단점: ưu điểm và nhược điểm / ưu nhược điểm)

3 우리는 오랜만에 동창모임을 했습니다. 우리는 다 같이 선생님 한 분 한 분씩께 인사드리러 가다가 학창시절의 추억을 하나씩 되새겨 봤습니다.

(주어가 오랜만에 동사하다: lâu lắm rồi chủ ngữ mới động từ, 동창모임을 하다: họp lớp, 학창시절: hồi còn đi học, 되새기다: ôn lại)

4 우리 어머니는 평생 가족을 위해 희생하시고 식구들의 식사와 잠자리를 하나 하나씩 다 챙겨 주세요. (희생하다: hy sinh, 식사와 잠: bữa ăn giấc ngủ)

5 형 너무 그렇게 딱딱하게 굴지 마세요. 규정도 상황에 따라 달라져야죠.

(딱딱하게 굴다/고지식하다: cứng nhắc)

Đáp án | 답안

1. Trường của con tôi quy định kể từ học kỳ này trở đi, mỗi học sinh phải có ít nhất 2 bộ đồng phục.
2. Theo tôi, không nên so sánh người này với người khác. Bởi vì mỗi người đều có ưu điểm và nhược điểm riêng.
3. Lâu lắm rồi chúng tôi mới họp lớp. Chúng tôi cùng nhau đi chào từng thầy cô, sau đó ôn lại từng kỷ niệm hồi còn đi học.
4. Mẹ tôi cả đời hy sinh vì gia đình, lo cho các thành viên từng bữa ăn, giấc ngủ.
5. Anh đừng cứng nhắc quá như vậy. Quy định thì cũng phải tùy từng trường hợp chứ.

53. 서술어 + chứ sao không?
Ai mà không /chẳng ~.

1 [Sao lại không + 서술어?]
[서술어 + chứ sao không?]

'서술어하지 왜 안 그러겠어? / 왜 서술어하지 하겠어?'

이 구조들은 짧은 긍정의문구조로 대화에서 절대적인 긍정을 나타낼 수 있다. 이 구조는 아직 확신이 없거나 잘못 알고 있는 상대방에게 확신을 주거나 반박하기 위해 사용되며 주로 아랫사람이나 편한 사이에 쓰인다.

Ví dụ

A: Không biết buổi biểu diễn tối nay có sự tham gia của ca sĩ Lam Trường không nhỉ?

B: Sao lại không có. (Tất nhiên là có / Có chứ). Trên băng rôn quảng cáo ghi rõ ràng rồi mà. (băng rôn: 현수막, ghi: 적다/기재하다/적혀 있는)

A: Trông anh có vẻ bình thản nhỉ? Mà cũng đúng thôi. Có phải việc của anh đâu mà anh lo. (bình thản: 태연하다, cũng đúng thôi: 그럴만도 하겠다)

B: Lo chứ sao không. (Sao lại không lo / Tất nhiên là lo chứ)

A: Thằng đấy nó khích đểu anh mà anh không biết à? (khích đểu: 비꼬다)

B: Biết chứ sao không. Anh chỉ giả vờ thế thôi, vì anh không muốn dây dưa với loại người như nó.
(giả vờ/ giả bộ ~: ~하는 척하다, dây dưa với ~: ~와 얽히다, loại người: 비하하는 어감으로 '인간')

2 [Ai mà không ~] / [Ai (mà) chẳng ~]
'누가 ~ 안 하겠어요?', '~ 안 하는 사람이 어디 있어요?'

이 구문은 기존에 다루었던 문형 [ai cũng ~] 과 [động từ/danh từ + thì ai chẳng + động từ/tính từ]와 같은 뜻으로 긍정의미를 나타내며 뒤에 따라오는 내용이 당연하게 여겨질 때 사용된다.

> Ví dụ

A: Sao cậu không lên xe đi mà lại dắt xe làm gì cho mệt?
(lên xe đi: 오토바이를 운전하다, dắt xe: 오토바이를 끌다)

B: Ai mà chẳng muốn lên xe đi. Nhưng hết xăng rồi thì biết làm thế nào?

A: Sao anh thức khuya thế? Nghỉ ngơi sớm đi! Mai làm nốt cũng được mà.
(thức khuya: 밤늦게까지 안 자다, làm nốt: 마저 하다)

B: Ai mà không muốn nghỉ sớm. Còn 2 ngày nữa là hết hạn rồi. Anh phải cố thôi. (cố: 힘내다/힘쓰다)

Là phụ nữ, ai mà chẳng muốn xinh đẹp.

Ai mà chẳng thế.

Bài luyện | 연습문제

Sử dụng cách nói khẳng định [sao lại không + 서술어], [서술어 + chứ sao không] hoặc 'Ai mà không / Ai mà chẳng' để viết lại các câu sau đây bằng tiếng Việt.

1 A: 은행 예금이자가 너무 낮아서 저는 그런 것에 전혀 기대하지 않아요.
(예금이자: lãi suất gửi ngân hàng, ~에 기대하다: kỳ vọng vào ~)

B: 왜 기대 안 해요? 이자가 많든 적든 돈이잖아요. (많든 적든 ~: nhiều hay ít thì cũng ~)

2 A: 우리가 이렇게 크게 말하면 주인장이 싫어할까 모르겠네.

B: 왜 싫어하지 않겠어? 주인장 언니가 아까부터 (지금까지 계속) 우리를 째려봤어.
(아까부터 지금까지 계속: suốt từ nãy đến giờ, 째려보다: lườm)

3 야망 없는 사람이 어디 있어요? 풍족한 삶을 살고 싶지 않은 사람이 어디 있어요?
(야망: tham vọng, 풍족한: sung túc)

4 누구나 이렇게 깜박깜박할 때가 있기 마련이죠. (깜박깜박하다: đãng trí / hay quên)

5 당신이 그녀를 이용하고 있을뿐 전혀 사랑하지 않는다는 사실을 모르는 사람이 어디 있어요?
(이용하다: lợi dụng)

Đáp án | 답안

1. A: Lãi suất gửi ngân hàng thấp quá nên em chẳng kỳ vọng gì vào cái đấy cả.
   B: Sao lại không kỳ vọng? Lãi nhiều hay ít thì cũng là tiền mà.
2. A: Bọn mình nói to thế này, không biết chủ quán có ghét không nhỉ?
   B: Ghét chứ sao không? Chị chủ quán lườm chúng mình suốt từ nãy đến giờ rồi đấy.
3. Ai mà chẳng có tham vọng. Ai mà chẳng muốn có cuộc sống sung túc.
4. Ai mà chẳng có những lúc đãng trí như vậy.
5. Ai mà không biết sự thật anh chỉ lợi dụng cô ấy chứ chẳng yêu đương gì.

54. Ai mà + 동사 + được?
Không hề + 서술어

1 ['Ai mà' + động từ + 'được'?]

'누가 동사할 수 있겠습니까?' (동사할 수 있는 사람이 아무도 없다).

이 구조는 화자의 주관적인 평가로 어떤 행동을 할 수 있는 사람이 당연히 없다고 여겨질 때 사용된다. ('không ai có thể ~'를 의미함).

> **Ví dụ**
>
> Ai mà giấu được tình cảm của mình? (giấu: 숨기다)
> (= Không ai có thể giấu tình cảm của mình)

○ 'Ai mà dám' + động từ

이 어구는 살짝 비꼬듯이 '내가 감히 어떻게 ~하겠습니까?'라는 뜻이다.

　Tôi chỉ nói chơi chút thôi chứ ai mà dám chế giễu anh. (chế giễu: 조롱하다)
　(= Không ai dám chế giễu anh. / Tôi đâu dám chế giễu anh.)

Tham khảo thêm.

[Ai mà + 동사 + được] 대신 [Làm sao mà + 동사 + được]과 [동사 + thế nào được]으로 같은 뜻을 표현할 수 있다.

> **Ví dụ**　Bố đã quyết rồi thì ai mà cãi lại được?
> 　　　　Bố đã quyết rồi thì làm sao mà cãi lại được?
> 　　　　Bố đã quyết rồi thì cãi lại thế nào được?

> **Lưu ý**
>
> 이 구조와 기존에 나왔던 [Ai mà + 서술어 + thế / vậy / thế này?](누가 이렇게 ~합니까?, 어떤 사람이 이렇게 ~합니까?)를 구별해야 한다.

2 [Không hề + 서술어]: 전혀 ~하지 않다, 하나도 ~하지 않다

서술어 앞에 쓰이는 이 부정어구는 절대부정구조 [không ~ gì], [không ~ gì cả / gì hết], [không ~ đâu]와 같은 의미로 부정을 강조할 때 사용된다.

> **Ví dụ**

Chính nó là người gây ra lỗi nhưng lại không hề biết xấu hổ hay tự kiểm điểm.
(gây ra: 안 좋은 것을 일으키다/불러오다, xấu hổ: 부끄러워하다/창피하다/쑥스럽다, tự kiểm điểm: 스스로 반성하다)

Nhìn vậy thôi chứ em bé này không hề nhút nhát chút nào. Chẳng qua là chưa quen thôi.
(nhút nhát: 수줍다/수줍음을 타다, chẳng qua là ~ thôi: 이유를 설명할 때 '그저 ~뿐이다' / '그저 ~때문이다')

Bài luyện | 연습문제

Sử dụng cách nói phủ định 'Ai mà ~ được', 'Ai mà dám ~' hoặc 'không hề ~' để viết lại các câu sau đây bằng tiếng Việt.

1 내가 감히 어떻게 현씨에게 대접 받기를 바라겠어요? 그 친구가 알아서 자기의 몫을 내기나 하면 천만 다행이죠. (대접을 받다: được chiêu đãi, 몫: phần)

_____

2 일이 이렇게 벌어질 거라는 걸 누가 예상할 수 있었겠어요?
(예상하다: dự đoán, đoán trước, dự tính)

_____

3 나이 먹으면 늙는 건 당연한 일이죠. 아무도 시간의 섭리를 거스를 수 없어요.
(섭리: quy luật, 거스르다: chống lại / đi ngược lại)

_____

4 우리 부부는 예전부터 지금까지 성격이 정반대예요. 예전에 우리가 부부가 될 거라고는 전혀 생각 못 했죠. (정반대: trái ngược hoàn toàn, 부부가 되다: thành vợ chồng)

5 제가 말라 보여도 전 전혀 다이어트식단으로 먹거나 운동하지 않아요. 오히려 많이 먹어요.
(오히려/반대로 ~하다: ngược lại còn ~ là đằng khác)

Đáp án | 답안

1. Ai mà dám mong được bạn Hiền chiêu đãi. Chỉ mong bạn ấy tự trả tiền phần của mình là may lắm rồi.
2. Ai mà đoán trước được là sự việc sẽ diễn ra như vậy.
3. Nhiều tuổi thì già đi là chuyện đương nhiên. Ai mà chống lại được quy luật của thời gian.
4. Vợ chồng tôi từ trước đến giờ tính tình trái ngược hoàn toàn. Trước đây, tôi không hề nghĩ rằng chúng tôi sẽ thành vợ chồng.
5. Nhìn tôi gầy nhưng tôi không hề ăn kiêng hay tập thể dục gì. Ngược lại còn ăn nhiều là đằng khác.

55

Ai bảo + (상대방 + là) + 주어 + 서술어?

1 [Ai bảo + (상대방 + là) + 주어 + 서술어?]
'누가 주어가 ~한다 그래요?', '주어가 ~한다고 누가 그래요?' (주어가 서술어하지 않음을 주장함)

이 의문구조는 상대방의 의견을 강하게 부정하거나 반박할 때 아랫 사람이나 편한 사이에 사용된다.

Ví dụ

A: Có phải vì em quên bỏ đồ ăn vào tủ lạnh mà nó bị thiu hết thế này không?
(bỏ A vào B = cho A vào B: B에 A를 넣다) (bị thiu: 음식이 상하다)

B: Ai bảo đồ ăn bị thiu? / Ai bảo anh là đồ ăn bị thiu? Nó vốn có mùi như vậy đấy chứ. (vốn: 원래, mùi: 냄새)

A: Tất cả các bài diễn văn đều do ngài chủ tịch viết.
(bài diễn văn: 연설문, ngài chủ tịch: 주석님/회장님)

B: Ai bảo ông ấy viết? / Ai bảo anh là ông ấy viết? Toàn bộ các bài diễn văn đều do thư ký viết hết.

2 [Ai bảo + 주어 + 서술어]: '그러게. 왜 서술어했어'

이 구문은 상황에 따라 상대방의 실수나 잘못에 대한 가벼운 비난의 뜻을 나타낸다.

Ví dụ

A: Eo ơi, đường trơn thế này thì leo núi kiểu gì?
(trơn: 미끄럽다, kiểu gì: 어떤 방법으로/ 무슨 수로?)

B: Ai bảo anh không đi giày leo núi.

A: Sợ thế. Lúc nãy vừa lái xe vừa nghe điện, tí nữa thì vượt đèn đỏ.
   (tí nữa thì = suýt nữa thì) (vượt đèn đỏ: 신호위반하다)

B: Đấy. Ai bảo anh cứ vừa lái xe vừa nghe điện. Lần sau đừng có làm như vậy nữa. (cứ + V: 이전부터 습관적으로 해오는 행위를 뜻함)

Đấy. Em lại vấp ngã nữa rồi. Ai bảo em lúc nào cũng vội vội vàng vàng.
(vấp ngã: 걸러 넘어지다, vội vội vàng vàng: 허겁지겁하다)

Bài luyện | 연습문제

Sử dụng cấu trúc [Ai bảo + chủ ngữ + 서술어] hoặc [Ai bảo + 상대방 + là + chủ ngữ + 서술어] để viết lại các câu sau đây bằng tiếng Việt.

1 A: 부러우면 그냥 까놓고 부럽다고 해. 굳이 뭐하러 그렇게 말을 돌려서 해?
   (부럽다: ghen tị / ganh tị, 까놓고 말하다: nói thẳng, 굳이 뭐하러 ~해요?: sao cứ phải ~ làm gì?, 말을 돌리다: nói vòng vo)

   B: 내가 부럽다고 누가 그래?

2 A: 마음의 행복이야말로 중요하지 금전이 뭐가 중요해요?
   (마음: lòng / tấm lòng / tâm hồn, N + 야말로: N + mới, 금전: tiền bạc)

   B: 누가 금전이 안 중요하다 그래? 돈이 없으면 어떻게 살아요?

 바로 써먹는 베트남어 3편

3 A: 뭘 그렇게 몰래몰래 해요? 뭐 엿들으려는 거에요?
(몰래몰래: lén lút / lén lén lút lút, 엿듣다: nghe trộm / nghe lén)

B: 내가 언제 몰래몰래 했어요? 그저 우연히 이쪽을 지나가는 것뿐이에요.
(우연히/무정한: vô tình, 지나가다/가로질러서 지나가다: đi ngang qua)

4 A: 이런. 쇼핑과 외식이 돈 엄청나게 많이 들어. (돈 많이 들다: tốn kém / tốn tiền)

B: 그러게. 너는 왜 돈을 막 썼니? 너는 자신의 소비습관을 고쳐야 해(베트남어에서 '다시 조절해야 해'로 표현됨). (돈을 막쓰다: phung phí, 소비습관: thói quen chi tiêu)

 Đáp án | 답안

1. A: Ghen tị thì cứ nói thẳng là ghen tị đi. Sao cứ phải nói vòng vo thế làm gì?
   B: Ai bảo (anh là) tôi ganh tị?
2. A: Hạnh phúc trong tâm hồn mới quan trọng chứ tiền bạc thì quan trọng gì.
   B: Ai bảo tiền bạc không quan trọng? Không có tiền thì sống làm sao?
3. A: Làm gì mà cứ lén lút thế? Định nghe trộm gì à?
   B: Ai bảo tôi lén lút? Chẳng qua là tôi vô tình đi ngang qua đây thôi.
4. A: Eo ơi. Mua sắm với ăn nhà hàng tốn kém kinh khủng.
   B: Ai bảo cậu cứ phung phí. Cậu phải điều chỉnh lại thói quen chi tiêu của mình đi.

56. (Nếu) + 주어 + mà + A + thì + B].
[A + (thì) có phải + B + không]

1. [(Nếu) + 주어 + mà + A + thì + B]
[(Nếu như) + 주어 + mà + A + thì + B]
'주어가 A하면 B할 것이다'

이 문형은 기본 조건/가정-결과 구조 [Nếu A thì B]와 같으나 구어체에서 주로 사용된다. 이 문형에서 'thì' 대신 'là'를 사용하면 조건과 결과 간의 필연성을 강조한다.

Ví dụ

(Nếu) anh mà bắt nạt em thì em mách mẹ đấy. / Anh mà bắt nạt em là em mách mẹ đấy. (bắt nạt: 괴롭히다, mách: 이르다)

(Nếu như) điện thoại này mà rơi từ bàn xuống sàn nhà thì chắc chắn sẽ bị vỡ. / Điện thoại này mà rơi từ bàn xuống sàn nhà là vỡ ngay. (sàn: 목재 바닥, bị vỡ: 깨지다)

Người ta thường nói sống ở đời mà thật thà ngây thơ quá thì cũng không tốt. Đôi khi cũng cần khôn ngoan một chút.
(thật thà: 솔직한/순박한, ngây thơ: 순진한/천진난만한, khôn ngoan: 머리를 잘 굴리다)

2. [A + (thì) có phải + B + không]
'A했으면 B했을 텐데'. (실제로 A하지 않아서 아쉽다는 어감)
(A: 과거나 현재에서 일어나지 않은 일에 대한 가정)
(B: 가장 결과이며 주로 과거형으로 쓰임.)

이 문형은 화자가 과거에 일어나지 않은 일에 대한 가정(A)을 아쉬운 뉘앙스로 표현할 때 사용된다 (구어체에서).

Ví dụ

Sao có phiếu giảm giá mà không dùng? Dùng phiếu giảm giá có phải rẻ hơn bao nhiêu không. (phiếu giảm giá: 할인 쿠폰)
(Nếu dùng phiếu giảm giá thì đã rẻ hơn nhưng trên thực tế thì đã không dùng nên tiếc)

Anh mà cẩn thận một chút thì có phải bây giờ chúng ta đã không phải khổ thế này không.

Chị mà nói với em một tiếng thì có phải em đã giải quyết nhanh giúp chị không.
(một tiếng / một lời: 한 마디)

Bài luyện | 연습문제

Sử dụng mẫu câu [Chủ ngữ + mà + A + thì + B] hoặc [가정 + có phải + 서술어/절 + không] để viết lại các câu sau đây bằng tiếng Việt.

1 밖에서 오토바이를 난폭하게 운전하는 사람을 만나면 저는 얼른 멀리 피해요.
(난폭 운전하다: phóng xe ào ào/phóng nhanh vượt ẩu, 멀리 피하다/멀리하다: tránh xa)

2 올해는 세웠던 목표들을 다 달성할 수 있었으면 좋겠다.
(세우다: đề ra / lập, 목표 따위를 달성하다: đạt / hoàn thành)

3 모든 사람이 자발적으로 교통법규를 준수했으면 교통사고가 줄었을 텐데.
(자발적으로: tự giác, 준수하다: chấp hành / tuân thủ)

4 아까 부츠를 살 때 좀 더 흥정했으면 좋았을 텐데. (부츠: bốt, 흥정하다: trả giá / mặc cả)

5 예전에 이웃 아가씨를 꼬시는 데 힘썼으면 지금은 솔로에서 벗어나 있을텐데.
(꼬시는 데 힘쓰다: cố theo đuổi, 솔로에서 벗어나다: thoát ế)

(Nếu) + 주어 + mà + A + thì + B]. [A + (thì) có phải + B + không]

Đáp án | 답안

1. Ra ngoài đường mà gặp ai phóng xe máy ào ào là tôi tránh xa ngay.
2. Năm nay mà hoàn thành được hết các mục tiêu đã đề ra thì tốt.
3. Tất cả mọi người mà tự giác chấp hành luật giao thông thì có phải đã giảm được số lượng tai nạn giao thông không.
4. Lúc nãy mua bớt mà trả giá thêm tí nữa thì có phải hay (또는 tốt) không.
5. Ngày trước mà cố theo đuổi cô gái hàng xóm đó thì có phải giờ đây mình đã thoát ế rồi không.

57 Giá (mà) + A + thì + B.
Ước gì.

1 [Giá (mà) A thì B] (B는 과거형)

'A했으면 B했을 것이다'. (실제로 A하지 않아서 아쉽다는 어감)
(A: 과거에 일어나지 않은 일에 대한 가정)
(B: 가상 결과)

이 문형은 화자가 과거에 원했지만 일어나지 않은 일(A)에 대한 가정을 애석하고 아쉬운 뉘앙스로 표현할 경우 사용된다. ('A + thì có phải + B + không' 과 같은 뜻).

Ví dụ

Giá mà anh nói sớm hơn **thì** sự việc đã không như vậy.

Giá mà hồi đó dự án xây đường quốc lộ qua khu nhà mình được phê duyệt **thì** bây giờ mình đã không nghèo thế này. (phê duyệt: 승인하다)

2 [Giá (mà) A thì B] (B는 미래형)

'A하면 B할 것이다'. (그랬으면 좋겠다는 어감)

가정 절(A)은 화자가 매우 원하고 희망하는 미래의 실현되기 어려운 조건일 경우 사용된다.

Ví dụ

Giá mà ước mơ thành triệu phú của tôi trở thành hiện thực **thì** tôi sẽ mua ngay ngôi biệt thự cao cấp gần trung tâm thành phố.
(thành/trở thành ~: 가 되다, triệu phú: 백만장자, biệt thự: 저택)

> **Lưu ý 1** 화자의 바람을 나타내기 위해 B절에서 'thì tốt biết mấy, thì hay biết bao' (얼마나 좋을까) 등과 같은 감탄구조로 구성될 수 있다.
>
> **Giá mà** bạn gái tôi trở nên ngọt ngào và biết làm điệu một chút **thì** hay biết mấy. Đằng này cô ấy lại mạnh mẽ quá. (trở nên + 두음절 형용사: ~해지다, ngọt ngào: 달콤한, làm điệu: 아양 떨다/애교가 있는, đằng này: 아쉬운 현실을 담는 내용 앞에 쓰이는 허사, mạnh mẽ: 씩씩한)

> **Lưu ý 2** 상황에 따라 결과절 (B절)을 생략해도 화자가 표현하고자 하는 의미가 충분히 나타날 수 있다.
>
> Giá mà bụng mình nhỏ hơn một chút, da trắng hơn một chút, chân dài và thẳng hơn một chút... (chân dài và thẳng: 다리가 길고 곧다)

3 ['Ước gì' + động từ / mệnh đề]
'~했으면...', '~했으면 소원이 없겠다'

이 표현도 'giá mà'와 같은 뜻으로 과거에 일어나지 않았던 일 또는 화자가 애절하게 원하지만 실현되기 어려운 일에 대한 가정을 나타낸다.

Ví dụ

Ước gì em đã không lỡ lời. Ước gì ta đừng có giận hờn.
(lỡ lời: 말실수하다, giận hờn: 삐치다)

Ước gì tự dưng có 1 tỷ rơi trúng đầu mình. (tự dưng: 갑자기, trúng + 위치: 정확히 딱 ~에)

Bài luyện | 연습문제

Sử dụng các cấu trúc [Giá mà A thì B] hoặc cụm từ 'Giá mà', 'Ước gì' để viết lại các câu giả định hoặc thể hiện mong ước.

1 어떤 잘생긴 총각이 나타나서 나에게 고백했으면 (소원이 없겠다).
(총각: anh chàng/ chàng trai / trai chưa vợ, 나타나다: xuất hiện)

――――――――――――――――――――――――――――――

2 양쪽 도로변을 따라 줄지어 심은 나무(가로수)가 베이지 않으면 얼마나 좋을까.
(양쪽 도로변을 따라: dọc hai bên đường, 줄지어 심은 나무: hàng cây, 베이다: bị chặt)

――――――――――――――――――――――――――――――

3 나는 일등에 당첨되면 고층 집과 좋은 차를 사고 전 세계를 돌며 여행을 다닐 거야. 생각만 해도 행복해.

(일등에 당첨되다: trúng giải đặc biệt/ giải độc đắc, 고층집: nhà lầu, 전세계를 돌며 여행을 다니다: đi du lịch vòng quanh thế giới)

4 당사자 각자가 조금씩 참았으면 일이 이렇게 멀리 가지 않았을 거예요.

(당사자: người trong cuộc, 화/분노/생리적인 욕구 따위를 참다: nhịn)

5 시험 결과를 너무 기대하지 않았으면 이렇게 실망하지 않았을 거예요.

 Đáp án | 답안

1 Ước gì(또는 Giá mà) có một anh chàng đẹp trai nào đó xuất hiện và tỏ tình với mình.
2 Giá mà hàng cây dọc hai bên đường này không bị chặt thì tốt biết bao / thì tốt biết mấy.
3 Giá mà tôi trúng giải đặc biệt thì tôi sẽ mua nhà lầu, xe xịn, đi du lịch vòng quanh thế giới. Chỉ nghĩ thôi đã thấy hạnh phúc rồi.
4 Giá mà mỗi người trong cuộc chịu nhịn một tí thì mọi chuyện đã không đi quá xa như thế này.
5 Giá đừng hi vọng vào kết quả thi quá thì đã không bị thất vọng như này.

58 đáng lẽ / lẽ ra

1 ['Đáng lẽ / Lẽ ra' + chủ ngữ + (định) + động từ]

'주어가 ~하려고 했는데' / '주어가 ~했어야 하는데' / '주어가 원래 ~하는 걸로 되어 있었는데'

이 구조는 하려고 했거나 했어야 마땅한 행동이 어떤 이유 때문에 실현되지 않을 경우에 사용된다. 이어서 이유나 핑계를 담는 내용이 오는 경우가 대부분이다.

Ví dụ

A: Chị hủy hẹn thì phải báo cho em sớm chứ! (hủy: 취소하다)

B: Chị xin lỗi nhé. Đáng lẽ chị báo cho em từ hôm qua mà bận quá nên quên mất.

Đáng lẽ chúng tôi định xây tạm nhà cấp 4 thôi vì không đủ tiền. Nhưng thôi, tiện thể làm luôn căn nhà 3 tầng kiên cố. (V + tạm: 일시적으로 동사하다/급한 대로 일단 동사하다/아쉬운 대로 동사하다, nhà cấp 4: 베트남에서 1층짜리 집 형태, tiện thể: 하는 김에, kiên cố: 견고한/ 튼튼한)

2 ['Đáng lẽ / Lẽ ra' + (chủ ngữ) + 'nên / phải' + động từ + (mới phải)]: '주어가 ~했어야만 맞는 건데'

이 구조는 이미 일이 종료된 후에 뒤늦게 했어야 마땅한 일을 못했던 것에 대한 아쉬움을 표현할 때 사용된다.

Ví dụ

Việc này rất trọng đại. Lẽ ra chúng ta nên bàn bạc kỹ trước khi quyết định. (trọng đại: 중대한)

Em đi đường cao tốc đến đây à? Đáng lẽ em phải đi đường quốc lộ mới phải. Vì đường quốc lộ không phải qua trạm thu phí. (trạm thu phí: 톨게이트/요금소)

169

Lẽ ra khi đó, với tư cách là người quản lý thì tôi **phải** đứng ra nhận trách nhiệm **mới phải**. Bây giờ có nuối tiếc thì cũng đã muộn rồi.
(tư cách: 자격, đứng ra: 나서다, nhận trách nhiệm: 책임을 인정하다)

3 ['Đáng lẽ / Lẽ ra' + chủ ngữ + 'không nên' + động từ]
'주어가 ~하지 말았어야 하는데'

이 구조는 이미 일이 벌어진 뒤에 해당 행위가 옳지 않거나, 하지 말았어야 함을 표현할 때 사용된다.

Ví dụ

Từ trước đến giờ cậu toàn yêu người kém tuổi. Tớ thấy **lẽ ra** cậu **không nên** yêu con trai kém tuổi. Bọn nó chẳng ga lăng, chững chạc gì cả.
(ga lăng: 젠틀한, chững chạc: 듬직한/의젓한)

Bài luyện | 연습문제

Sử dụng cấu trúc có cụm từ 'đáng lẽ / lẽ ra' để viết lại các câu dưới đây bằng tiếng Việt.

1 병원에서 감염을 막기 위해 가족(간병인)과 환자를 격리했어야 하는데.
(감염을 막다: tránh bị lây/ tránh lây lan, 격리하다: cách ly)

_____

2 그 남자가 오빠 옷에 커피를 쏟았으니 오빠는 그 남자에게 책임을 따졌어야죠. 왜 그렇게 쉽게 넘어가 줬어요? (쏟다/엎지르다: làm đổ, 책임을 따지다: bắt đền)

_____

3 네 말이 맞아. 나는 비겁한 사람이야. 내가 회피하지 말고 과감히 사실에 맞섰어야 하는데.

(비겁한: hèn hạ, 회피하다: trốn tránh, 과감히/용감한: dũng cảm, ~에 맞서다/~ 맞은편에 있다: đối diện với ~)

4 우리 가족은 스위스에 아예 정착하는 걸로 되어 있었는데 남편의 일 때문에 어쩔 수 없이 귀국하게 됐어요. (스위스: Thụy Sĩ, 아예 동사하다: V + hẳn, 정착하다: định cư)

5 나는 원래 이번 주에 유급휴가를 받는 걸로 되어 있었는데 동료에게 갑작스런 일이 생겨서 내가 그 친구 대신 일을 해야 해요.

(유급휴가로 쉬다/연차 쓰다: nghỉ phép, 갑작스럽게/갑작스러운: đột xuất/đột ngột, ~대신: thay ~)

Đáp án | 답안

1. Lẽ ra bệnh viện phải cách ly người nhà và bệnh nhân để tránh bị lây.
2. Anh ta làm đổ cà phê vào áo của anh, lẽ ra anh phải bắt đền anh ta chứ. Sao lại bỏ qua dễ dàng như vậy?
3. Em nói đúng. Anh là kẻ hèn hạ. Đáng lẽ anh không nên trốn tránh mà phải dũng cảm đối diện với sự thật mới phải.
4. Đáng lẽ gia đình tôi đã định cư hẳn ở Thụy Sĩ rồi, nhưng vì công việc của chồng nên chúng tôi đành phải trở về nước.
5. Lẽ ra tuần này tôi được nghỉ phép, nhưng đồng nghiệp có việc đột xuất nên tôi phải làm thay cậu ấy.

59

Thế nào + 주어 + cũng + 동사.
(Dù / Dù có / Cho dù) + 서술어 + thế nào + 주어 + cũng / vẫn + 동사.
Bao nhiêu cũng + 서술어

1 [Thế nào + 주어 + cũng + 동사]
[주어 + thế nào cũng + 동사]

이 형식은 '틀림없이 ~할 것이다', '어떻게든 ~할것이다', '반드시 ~할것이다' 라는 화자의 확실한 판단이나 굳은 의지를 나타낸다.

Ví dụ

Con tôi chỉ số thông minh cao lắm. Thế nào nó cũng giải được câu đố này.
(chỉ số: 지수, giải: 풀다, câu đố: 퀴즈)
(= Chắc chắn nó sẽ giải được câu đố này)

Thế nào tôi cũng phải trả thù con người gian ác ấy. (trả thù: 복수하다, gian ác: 사악한)
(= Nhất định tôi sẽ trả thù con người gian ác ấy)

Thế nào chúng ta cũng phải làm sáng tỏ mọi việc. Không thể để mập mờ như thế này được. (làm sáng tỏ: 밝히다, mập mờ: 불투명하다)
(= Chúng ta nhất định phải làm sáng tỏ mọi việc)

Lưu ý

일상 생활에서 위 구조 대신 [kiểu gì + 주어 + chẳng + 동사] 또는 [thế nào + 주어 + cũng + 동사 + cho coi]로 동일한 뜻으로 사용할 수 있다.

Thế nào nó cũng quay lại cho coi. (Chắc chắn nó sẽ quay lại)

Lo làm gì cho mệt? Kiểu gì đội mình chẳng thắng. (Chắc chắn đội mình sẽ thắng)

○ **Tham khảo thêm.**

Thế nào cũng được / Kiểu gì cũng được: 아무래도 좋아
Kiểu gì chẳng được: 아무렴 어때

2 **[(Dù / Dù có / Cho dù) + 서술어 + thế nào + 주어 + cũng / vẫn + 동사]**: '아무리 서술어해도 주어가 틀림없이/ 여전히 동사하다'.

이 문형은 주어의 확고한 태도를 강조할 때 사용된다.

> Ví dụ

Nếu đoàn kết một lòng thì dù khó thế nào chúng ta cũng sẽ vượt qua được mọi khó khăn, thử thách. (thử thách: 시련)

Cho dù thuyết phục thế nào nó vẫn không chịu, cứ khăng khăng đòi làm theo ý mình. (khăng khăng: 우기다, đòi: 조르다/부당한 것을 요구하다)

3 **[Bao nhiêu cũng + 서술어]**: '아무리 많아도 역시 ~하다'

이 표현 방식은 어떤 특성이나 상태가 수량과 상관없이 변함없음을 나타낸다.

> Ví dụ

Bao nhiêu cũng không đủ.

Tiền thì bao nhiêu cũng thiếu.

Ngủ bao nhiêu cũng không hết mệt.

Ăn không ngồi rồi thì của cải bao nhiêu cũng hết.
(ăn không ngồi rồi: 먹고 놀기만 하다, của cải: 재물/부)

Bài luyện | 연습문제

Sử dụng các cấu trúc 'thế nào cũng', 'kiểu gì cũng', 'bao nhiêu cũng ~' để viết lại các câu sau đây bằng tiếng Việt.

1 계속 이렇게 공부를 소홀히 하면 너의 성적이 틀림없이 떨어질 거야 (떨어질 게 분명해).
(소홀히 하다: lơ là, 성과나 건강 따위가 떨어지다/쇠퇴하다: sa sút / kém đi)

 바로 써먹는 베트남어 3편

2 숲과 바다를 보호하지 않으면 우리 후손이 나중에 틀림없이 그 여파를 짊어져야 할 것이다.
(숲: rừng, 후손: con cháu, 짊어지다: gánh chịu, 여파: hậu quả)

3 네가 나에게 아무리 못되게 굴어도 내 심장은 여전히 너의 것이야.
(못되게 굴다/못되게 대하다: đối xử tệ, 심장: trái tim)

4 안심하세요. 아무리 무거워도 제가 들 수 있어요. (들다: bê / xách / cầm)

5 물건 판 돈은 매일 메모하지 않으면 틀림없이 헷갈릴 거에요.
(메모하다/기록하다: ghi chép, 헷갈리다: nhầm lẫn/ lẫn lộn)

Đáp án | 답안

1 Nếu cứ tiếp tục lơ là việc học thì thế nào thành tích của con cũng sa sút cho coi.
2 Nếu chúng ta không biết bảo vệ rừng và biển thì thế nào con cháu chúng ta sau này cũng sẽ phải gánh chịu hậu quả.
3 Dù em có đối xử tệ với anh thế nào thì trái tim anh vẫn thuộc về em. (thuộc về ~: ~의 소유다/~속하다. 영어로 'belong to ~')
4 Yên tâm đi. Nặng bao nhiêu tôi cũng bê được.
5 Tiền bán hàng mà không ghi chép hàng ngày thì kiểu gì cũng nhầm lẫn cho coi.

'Bất cứ' + từ nghi vấn (의문사): ~든지 모두, ~든지 다

구조 [bất cứ + 의문사]는 그 어떤 대상도 배제되지 않음을 의미한다. 이 구조는 단독사용 및 평서문에 사용 모두 가능하다. 'Bất cứ' 대신 'bất kể', 'bất kì'도 같은 뜻을 나타낼 수 있다.

Ví dụ

Bất cứ lúc nào / bất cứ khi nào (언제든지). Bất cứ cái gì / Bất cứ thứ gì (뭐든, 뭐든지, 아무것도). Bất cứ việc gì (무슨 일이든, 아무 일도). Bất cứ ai / Bất cứ người nào / Bất kì ai / Bất kì người nào (누구나, 누구든, 누구도). Bất cứ (nơi) đâu (어디든, 어디서나, 아무 데도) 등.

Anh có thể gọi cho tôi bất cứ lúc nào.
(= Anh có thể gọi cho tôi lúc nào cũng được)

Cô ấy luôn tỏa sáng như một ngôi sao ở bất cứ nơi nào mà mình đến.
(tỏa sáng: 빛나다, ngôi sao: 별)
(= Ở đâu cô ấy cũng tỏa sáng như một ngôi sao)

Nếu không phải là trường hợp bất đắc dĩ thì ông chủ không cho phép bất kì ai được chạm vào bức tượng phật ấy. (trường hợp bất đắc dĩ: 불가피한 상황, chạm vào / sờ vào: 만지다/터치하다, bức tượng phật: 불상)
(= Ông chủ cấm không ai được phép chạm vào bức tượng phật ấy)

Xã hội càng phát triển thì con người ngày càng dễ bị cô lập. Theo một nghiên cứu mới đây thì có khoảng 5% dân số ở thành thị đã không giao tiếp với bất kì ai trong vòng 1 tuần nay. (bị cô lập: 고립되다, mới đây: 최근/최근의, dân số: 인구, thành thị: 도시, trong vòng ~: ~이내)

● 이 구조는 다음 문장의 형식으로 확장할 수 있다.

Bất cứ ai / Bất cứ đâu / Bất cứ lúc nào + (주어) + cũng + 서술어
Bất cứ 명사 nào/gì + 주어 + cũng + 서술어

이 문장의 형식은 [의문사 + cũng + 서술어] (~든지 역시 서술어하다) 와 같은 뜻이지만 보다 더 강조하는 느낌이 있다.

> **Ví dụ** Bất kì nơi đâu cũng có người tốt, kẻ xấu.
>
> Là con người thì bất kể ai cũng khó tránh khỏi sai sót.
> (tránh khỏi: 면하다, sai sót: 실수/오류)
>
> Bất kì quyết định lớn nhỏ nào trong công ty cũng phải thông qua ý kiến của hội đồng quản trị. (hội đồng quản trị: 이사회)

Bài luyện | 연습문제

Sử dụng tổ hợp ['bất cứ' + từ nghi vấn] để viết lại các câu sau đây bằng tiếng Việt.

1 제가 깨트린 거 아니에요. 저는 여기에서 아무것도 손대지 않았어요.
(깨트리다: làm vỡ, 손대다: động vào)

2 화씨는 어떤 일을 맡겨도 항상 훌륭하게 완성할 수 있어요. (훌륭하게: một cách xuất sắc)

'Bất cứ' + từ nghi vấn (의문사): ~든지 모두, ~든지 다

3 과장은 전문지식이 엄청 탄탄해요. 그에게 건설분야 관련 어떤 질문을 해도 그가 자신있게 대답할 수 있어요. (전문지식: kiến thức chuyên môn, 탄탄하다: vững / vững vàng)

_____

4 저같이 택시기사일을 하는 사람은 언제나 손님에게 거슬러줄 잔돈을 주머니에 갖고 있어야 해요. (주머니: túi, 거슬러주다: bù/bù tiền, 잔돈: tiền lẻ)

_____

5 단돈 천만 동으로 고객님은 우리의 어떤 피부관리 패키지든지 모두 선택할 수 있습니다. 우리는 늘 기쁜 마음으로 고객님께 상담하고 서비스를 제공합니다.
(피부관리 패키지: gói dịch vụ chăm sóc da, 기쁜 마음으로/준비되다: sẵn sàng, 상담하다: tư vấn)

Đáp án | 답안

1 Không phải tôi làm vỡ. Tôi chẳng động vào bất cứ thứ gì ở đây cả.
2 Giao cho anh Hòa bất cứ việc gì (thì) anh ấy cũng luôn hoàn thành một cách xuất sắc.
3 Kiến thức chuyên môn của trưởng phòng cực kỳ vững. Hỏi anh ấy bất kì câu hỏi nào trong lĩnh vực xây dựng, anh ấy cũng có thể trả lời một cách tự tin.
4 Người làm lái xe tắc xi như tôi thì bất cứ lúc nào cũng phải có tiền lẻ trong túi để bù cho khách.
5 Chỉ với 10 triệu đồng, khách hàng có thể chọn bất cứ gói dịch vụ chăm sóc da nào của chúng tôi. Chúng tôi luôn sẵn sàng tư vấn và phục vụ quý khách.

61 có vẻ, hình như, hình như ~ thì phải, tỏ vẻ, tỏ ra, ra vẻ

1 có vẻ (như): ~인 것 같다, ~한 것 같다.

사람이나 사물의 외형을 보거나 (1차적인) 정보를 토대로 화자가 조심스러운 판단을 말할 때 문장 앞 또는 서술어 앞에 쓰인다.

Ví dụ

Vừa đọc được thông tin nhóm nhạc Sweet đang chuẩn bị cho ra album mới. Có vẻ như họ sắp quay trở lại thị trường âm nhạc. (간단한 정보를 토대로 판단함)
(cho ra + 제품: 제품을 출시하다)

Có vẻ mọi thứ đã sẵn sàng rồi. Nào, chúng ta ngồi vào bàn thôi. (외형을 보고 판단함)
(sẵn sàng: 준비되다)

2 Hình như ~, hình như ~ thì phải, ~ thì phải: ~한 것 같다.

근거 기반이 약한 추측, 혹은 단순히 느낌이나 직감만으로 추측하거나 판단할 때 쓰인다.

Ví dụ

Trông anh quen quen. Hình như tôi đã gặp anh ở đâu rồi (thì phải).
(= Có cảm giác như tôi đã gặp anh ở đâu rồi)

Câu nói thẳng của tôi đã khiến bạn ấy bị tổn thương thì phải.
(câu nói thẳng: 직설적인 말, bị tổn thương: 마음이 다치다/상처를 받다)

또한 눈으로 사람이나 사물을 똑똑히 보고 있는데도 누군지/뭔지 확실히 알 수 없는 경우에도 'Hình như ~ thì phải'를 사용하여 약한 판단을 표현한다.

Hình như con này là đại bàng. (con đại bàng: 독수리)

Hình như là ca sĩ Uyên Linh thì phải.

3 tỏ vẻ, tỏ ra

태도나 행동을 보니 ~한 것 같다, 일부러 ~하는 척하다, ~한 것처럼 행동하다.

다른 사람에게 자신의 태도나 기분을 일부러 보이려고 표정, 행동 혹은 외형적 모습을 내비치다. (보여준 것이 진실일 수도 있고 거짓일 수도 있다)

Ví dụ

Ông ấy mặc dù đang ốm nhưng cố tỏ ra bình thường để mọi người yên tâm.

Bạn trai tỏ vẻ không bằng lòng khi tôi nhắn tin với một đồng nghiệp nam.
(bằng lòng: 만족하다/마음에 들다/수락하다)

또한 'tỏ ra'가 다른 사람에게 보여진 이미지를 가리킬 때도 사용된다 (~이미지로 보여지다).

Chị Mai tỏ ra là một người có học thức, trí tuệ, duyên dáng.
(có học thức: 유식한, trí tuệ: 지혜/지혜로운 duyên dáng: 우아한)

4 (làm) ra vẻ (như), làm như

'tỏ vẻ, tỏ ra' 와 비슷하지만 주로 거짓인 기분, 태도를 나타내기 위해 사용된다.

Ví dụ

Chị Loan thích anh Mậu lắm rồi mà cứ làm như không để ý đến anh ấy.

Cái Hoa giả tạo quá. Nó không ưa cái Miên nhưng bề ngoài thì lại ra vẻ yêu quý lắm. (giả tạo: 가식적이다, bề ngoài: 외관/겉모습)

> **Lưu ý**
>
> 문형 [chủ ngữ + 'làm như' + mệnh đề] 또는 [chủ ngữ + 'làm như' + mệnh đề + 'không bằng']은 어떤 일에 대해 착각하는 주어를 비꼬거나 비난할 때 주로 쓰인다.
>
> Anh cứ làm như mình biết tất cả (không bằng). Đúng là đồ sĩ diện.
> (sĩ diện: 잘난 척하다). (Anh đừng tưởng là mình biết tất cả).

 바로 써먹는 베트남어 3편

Bài luyện | 연습문제

Sử dụng các cụm từ 'có vẻ, hình như ~ thì phải, tỏ vẻ, tỏ ra, làm như' để viết lại các câu sau đây bằng tiếng Việt.

1 누가 내 얘기를 하나 봐. 아까부터 (지금까지) 내 귀가 계속 간질간질하네.
(~얘기를 언급하다: nhắc tới ~, 간질간질하다/가렵다: ngứa / nhột)

---

2 예전에 나는 나만큼 싱거운 사람은 없는 줄 알았거든. 그런데 너도 나 못지않게 싱거운 것 같아.
(싱거운: nhạt / nhạt nhẽo / vô vị, 못지않게 ~하다: ~ không kém)

---

3 그 할머니는 자기가 돈이 있으면 뭘 해도 된다고 착각하나 봐요.

---

4 그만해. 넘어갈 수 있는 거는 그냥 넘어가자. 게다가 내가 보기에는 그 동생도 자기의 잘못을 알고 미안한 눈치더라. (잘못을 알고 미안한: biết lỗi / hối lỗi)

---

5 그녀 앞에 서 있으면 저는 너무 떨리지만 애써 침착한 것처럼 행동했어요.
(애써 ~하다/힘써 ~하다: cố + V, 떨리다/떨다: run, 침착하다: bình tĩnh)

Đáp án | 답안

1. Hình như có ai đang nhắc tới mình thì phải. Nãy giờ tai mình cứ bị ngứa.
2. Trước đây tớ cứ tưởng không ai nhạt nhẽo bằng mình. Nhưng có vẻ cậu cũng nhạt nhẽo không kém gì tớ. (cứ tưởng ~: 이제까지 계속 ~한 것으로 착각했다)
3. Bà ấy cứ làm như mình có tiền thì muốn làm gì cũng được không bằng.
4. Thôi. Cái gì bỏ qua được thì cứ bỏ qua đi. Hơn nữa, tôi thấy em ấy cũng tỏ ra biết lỗi rồi.
5. Đứng trước cô ấy tôi run lắm nhưng vẫn cố tỏ ra bình tĩnh

thay vì, thay vào đó, đổi, thay đổi, thay thế, thay

1 [A thay vì B]: B 대신 A하다.
(A절과 B절의 주어가 동일할 경우 주어가 문장 앞에 위치함)

[Thay vì B thì A]: B 대신에 A하다.
(A절과 B절의 주어가 동일할 경우 주어가 'thì' 뒤에 위치함)

> **Ví dụ**
>
> Tôi chọn con đường khởi nghiệp thay vì xin vào công ty hay trở thành một người làm công ăn lương. (khởi nghiệp: 창업하다, người làm công ăn lương: 월급쟁이)
> (= Thay vì xin vào công ty hay trở thành một người làm công ăn lương thì tôi chọn con đường khởi nghiệp.)
>
> Chị hãy mạnh mẽ lên thay vì cứ yếu đuối ngồi khóc thế này. (yếu đuối: 여린/ 연약한)
> (= Thay vì cứ yếu đuối ngồi khóc thế này thì chị hãy mạnh mẽ lên!)

2 [A. Thay vào đó B]: A하다. 그 대신 B하다. (A, B가 문장)

이 경우 'thay vào đó' (그 대신)가 문장과 문장을 연결해 주는 접속사다.

> **Ví dụ**
>
> Kể từ khi lấy vợ, tôi đã bỏ hẳn thói quen ăn nhậu. Thay vào đó, tôi dành nhiều thời gian với gia đình hơn. (bỏ hẳn: 완전히 끊다, ăn nhậu: 술 마시다)
>
> Anh không cần phải chấp nhận một cách miễn cưỡng như vậy đâu. Thay vào đó, hãy nói cho chúng tôi biết anh không ưng điểm gì.
> (miễn cưỡng: 억지로, ưng / ưng ý / vừa ý: 탐탁하다/마음에 들다)

3 Đổi: (다른 것이나 다른 형태로) 바꾸다, (유형적인 것을) 교환하다

Ví dụ

Đổi tiền, đổi áo, đổi xe, đổi nhà, đổi chỗ làm…

Đổi (từ) tiền won sang đô la.

Đổi (từ) tiền chẵn sang tiền lẻ. (tiền chẵn: 단위가 큰 화폐, tiền lẻ: 잔돈)

Đổi từ xe nội địa sang xe nhập ngoại.
(nội địa / trong nước: 국내/국내의, nhập ngoại: 수입하다/수입의)

Đổi thóc gạo lấy tiền. (thóc gạo: 벼와 쌀)

Bài luyện | 연습문제

Sử dụng các từ 'thay vì', 'thay vào đó', 'đổi' để viết lại các câu sau đây bằng tiếng Việt.

1 미래를 걱정하는 대신에 현재 삶을 누리는 게 어때요?
('우리는 왜 현재 삶을 누리지 않을까요?'로 표현됨) (누리다: tận hưởng)

---

2 계속 트집을 잡고 서로 탓하면 아무것도 해결 못 할 거예요. 그 대신, 우리 팀은 극복방법을 찾는 게 좋을 것 같아요. (트집 잡다: bắt bẻ, 탓하다: đổ lỗi)

---

3 저는 제가 갈 길을 확실하게 정했어요. 저는 공기업 대신 사기업이나 사업을 할 거예요.
(갈 길: hướng đi, 확실하게 정하다: xác định, 공기업: công ty nhà nước / doanh nghiệp nhà nước, 사기업: công ty tư nhân)

4 짝퉁 10개 대신 좋은 거 1개를 사세요. 짝퉁을 쓰면 너무 빨리 고장 나요.
(짝퉁: đồ rởm / hàng giả)

5 베트남에서 개봉되는 외국영화 대부분은 베트남어 제목으로 바뀐다.
(개봉하다: trình chiếu / công chiếu, ~로 바꾸다: đổi thành ~ / đổi sang ~, 제목/타이틀: tiêu đề)

 Đáp án | 답안

1. Thay vì lo lắng tương lai thì sao chúng ta không tận hưởng cuộc sống hiện tại nhỉ?
2. Cứ bắt bẻ và đổ lỗi cho nhau thì sẽ chẳng giải quyết được gì. Thay vào đó, nhóm chúng ta nên tìm cách khắc phục thì tốt hơn.
3. Em đã xác định rõ hướng đi của mình rồi. Em sẽ làm công ty tư nhân hoặc kinh doanh thay vì làm nhà nước.
4. Thay vì mua 10 cái đồ rởm thì chị mua 1 cái đồ xịn đi. Dùng đồ rởm mau hỏng lắm.
5. Đa số các phim nước ngoài được trình chiếu ở Việt Nam đều được đổi sang tiêu đề tiếng Việt.

4 Thay đổi

변화하다, 변하다, 달라지다 (전과 비교했을 때 달라졌음을 의미함), 변경하다.

Chị ấy dần thay đổi cả về tính cách lẫn ngoại hình.
Cuộc sống luôn thay đổi. Chúng ta cũng phải thay đổi để thích ứng với nó.
Thay đổi thời tiết = Thời tiết thay đổi.
Thay đổi lịch trình. (lịch trình: 일정)

(방식, 생각, 등 다소 무형적인 것) 바꾸다, 바뀌다.

Thay đổi cách suy nghĩ.
Cách suy nghĩ của tôi đã thay đổi ít nhiều. (ít nhiều: 다소)
Thay đổi phong cách. Phong cách thay đổi. (phong cách: 스타일)
Thay đổi cách làm ăn.
Thay đổi cách tiếp cận.

5 Thay thế: 대체의, 교체하다, 대체하다

더 이상 적합하지 않은 기존 사물이나 사람을 빼내고 같은 위치에 다른 사물 (또는 사람)으로 교체하다.

Sản phẩm thay thế, vật thay thế, người thay thế, phụ tùng thay thế, linh kiện thay thế. (phụ tùng, linh kiện: 부품)

Động cơ trong xe bị hỏng nên chúng tôi đã thay thế bằng động cơ mới. (động cơ: 엔진)

6 Thay

교체하다(만료된 기존 사물이나 사람을 같은 기능/역할을 하는 다른 사물이나 사람으로 대체하다.)

Tỉnh đó đang chuẩn bị thay chủ tịch mới. (tỉnh: 행정단위인 성)

교대하다(어떤 일을 여럿이 나누어서 차례에 따라 맡아 하다.)

Y tá ở đây cứ 8 tiếng thay ca một lần. (thay ca: 교대하다)

Làm thay phiên nhau (번갈아 하다)

(인체/몸통과 밀착하게 연결된 것) 바꾸다, 갈다

Thay kiểu tóc dài bằng kiểu tóc ngắn hiện đại và năng động. (năng động: 능동적인)

Cây thay lá lúc giao mùa. (lúc giao mùa: 환절기)

Thay quần áo.

대행하다/ 대신(원래 다른 사람이 해야 할 일 혹은 다른 사람의 역할을 대신해서 수행하다.)

Dì thay mẹ nuôi nấng và chăm sóc chúng tôi từ nhỏ đến lớn nên chúng tôi coi dì như là người mẹ thứ 2 vậy.

(dì: 이모, nuôi nấng / nuôi dưỡng: 양육하다, coi A như B: A를 B처럼 간주하다/A를 B처럼 생각하다)

Nhờ người ký thay.

Bố mẹ bận nên ông nội đi họp phụ huynh thay. (phụ huynh: 학부모)

Bài luyện | 연습문제

Sử dụng các từ 'thay đổi', 'thay thế', 'thay' để viết lại các câu sau đây bằng tiếng Việt.

1 정부에서 인터넷 사용자에게 개인정보를 보호하기 위해 패스워드를 자주 바꾸라고 당부합니다.

(패스워드/비밀번호: mật khẩu, 정부기관에서 시민에게 당부하다: khuyến cáo)

thay vì, thay vào đó, đổi, thay đổi, thay thế, thay **62**

2 저는 과학이 아무리 발전하더라도 인간의 노동력을 완전히 대신할 수 없다고 생각합니다.
(노동력: sức lao động)

3 오빠, 좀 이따 저를 도와 전구를 갈아 줄 수 있어요? 주방에 있는 전구가 나갔어요.
(전구: bóng đèn, 고장난 뜻으로 나갔다: bị cháy)

4 앞으로 제가 치료받는 동안 당분간 부회장이 저를 대신하여 회사를 운영할 겁니다.
(앞으로 당분간: trước mắt / tạm thời / trong thời gian tới, 운영하다: điều hành)

5 누구나 세월이 가면 변해요. 어떻게 자연의 섭리를 거스를 수 있겠습니까?
(세월이 가면: theo thời gian, 거스르다: chống lại / đi ngược lại)

Đáp án | 답안

1. Chính phủ khuyến cáo người dùng internet nên thay đổi mật khẩu thường xuyên để bảo vệ thông tin cá nhân.
2. Theo tôi, dù khoa học có phát triển thế nào thì cũng không thể thay thế hoàn toàn sức lao động của con người.
3. Lát nữa anh thay bóng đèn giúp em được không? Cái bóng đèn ở bếp bị cháy rồi.
4. Trước mắt, phó chủ tịch sẽ thay tôi điều hành công ty trong thời gian tôi điều trị bệnh.
5. Ai mà chẳng thay đổi theo thời gian. Làm sao mà chống lại được quy luật tự nhiên?

63 변화의 방향을 나타내는 격 조사
thành 의 용법, sang 의 용법

1 'thành' 의 용법

Chuyển sang trạng thái, hình thức khác của cùng một người hay sự vật.
동일한 사람이나 사물의 상태 및 형태가 다른 상태/형태로 변하는 것을 표현할 때 쓰이는 조사.

a. [Biến A (trở) thành B]: A를 B로 바꾸다, A를 B로 변화시키다
   [A biến thành B]: A가 B로 변하다, A가 B가 돼버리다

   이 어구는 신기하고 놀라운 변화, 혹은 눈과 느낌으로 느낄 수 있는 변화를 표현할 때 사용된다.

   Biến căn nhà tồi tàn (trở) thành một ngôi biệt thự kiên cố, lộng lẫy.
   (tồi tàn: 허름한, ngôi biệt thự: 고급저택, lộng lẫy: 화려한/호화로운)

   Sau một thời gian dài không gặp thì cô ấy đã biến thành một người hoàn toàn khác.

   Sự có mặt của cô ấy biến bữa ăn gia đình thành một cuộc tranh cãi lộn xộn.
   (cuộc tranh cãi: 논쟁, lộn xộn: 소란스러운/무질서한)

b. [Đổi A thành B]: A를 B로 바꾸다
   [A đổi thành B] / [A chuyển thành B]: A가 B로 바뀌다

   이 어구는 시각으로 확인할 수 있는 일반 변화를 표현할 때 사용된다.

   Theo quy định mới thì tất cả các thuê bao 11 số của Viettel sẽ chuyển thành / đổi thành thuê bao 10 số. (thuê bao: 전화 가입자 번호)

   Ban giám đốc vừa quyết định đổi trụ sở giao dịch trước đây của công ty thành trung tâm nghiên cứu và phát triển kỹ thuật mới. (trụ sở: 본부, giao dịch: 거래하다)

2 'sang'의 용법

Chuyển sang ~: ~로 바꾸다, ~로 바뀌다, ~로 옮기다, ~로 넘어가다, 로 전환하다/전환되다

[Đổi từ A sang B]: A가 B로 바뀌다, A를 B로 바꾸다

이 어구는 눈으로 확인할 수 있는 변화(chuyển thành)와 비슷하다. 또는 위치를 바꾸거나 다른 단계/화제/제도/모드로 전환하는 것을 표현할 때도 사용된다.

Khi chín, hoa quả sẽ chuyển dần từ màu xanh sang màu vàng hoặc đỏ.
(chín: 익다, chuyển dần sang ~: 점점 ~로 바뀌다)

Chuyển sang công ty khác. Chuyển sang bộ phận khác. Chuyển sang nhà mới / Dọn sang nhà mới. Chuyển đồ sang Việt Nam.

May mà bệnh tình của dì tôi tiến triển tốt và bắt đầu chuyển sang giai đoạn phục hồi. (may mà ~: 다행히도/다행히, bệnh tình: 병세, tiến triển: 진전하다/진전되다/호전되다)

Tôi vừa trình bày xong '10 sự kiện đáng nhớ nhất trong năm qua'. Bây giờ, tôi xin chuyển sang một đề tài khác.
(trình bày: 진술하다/많은 사람 앞에서 체계적으로 설명하다, đề tài: 발표나 연구 주제)

바로 써먹는 베트남어 3편

Bài luyện | 연습문제

Sử dụng các cụm từ 'chuyển sang, chuyển thành, đổi thành, đổi sang, biến thành' để viết lại các câu sau đây bằng tiếng Việt.

1 띠엡 씨가 나를 정말 놀라게 했어요. 버릇없는 사람이었던 그가 예의 바르고 친절하고 올바른 사람이 되었어요. (버릇없는: thô lỗ, 예의 바르다: lịch sự, 친절하고 올바른: tử tế)

2 프로젝트는 디자인 부분이 끝났고 시공업체를 고르는 단계로 넘어갑니다. (시공업체: nhà thi công)

3 오늘 오후 소나기가 하노이 거리를 강으로 바꿨다.

4 현재 결제 추세는 수동결제에서 자동결제로 바뀌고 있다.
(추세/경향/트렌드: xu thế / xu hướng, 수동결제: thanh toán thủ công)

5 왜 갑자기 식당사업을 하다가 무역으로 바꿨어요?

Đáp án | 답안

1 Anh Tiệp khiến tôi thật sự bất ngờ. Từ một người thô lỗ, anh ấy đã biến thành một người lịch sự và tử tế.
2 Dự án đã xong phần thiết kế và đang chuyển sang giai đoạn chọn nhà thi công.
3 Cơn mưa rào chiều nay đã biến đường phố Hà Nội thành một con sông.
4 Xu hướng thanh toán hiện nay là đổi từ thanh toán thủ công sang thanh toán tự động.
5 Sao tự dưng đang kinh doanh nhà hàng lại chuyển sang thương mại vậy?

64. Cứ 의 용법

1 계속 (부사): 고집스럽게 계속함을 나타낸다.

Ví dụ

Tôi đã đuổi con mèo hoang đó đi mấy lần rồi mà nó cứ quanh quẩn đây, không chịu đi. (đuổi ~ đi: ~를 쫓아내다, con mèo hoang: 도둑고양이, quanh quẩn: 맴돌다)

Mặc kệ ai nói gì thì nói, tôi vẫn cứ mặc quần áo sặc sỡ.
(Mặc kệ / kệ: 신경 쓰지 않고 무시하다/내버려두다, ai nói gì thì nói: 누가 뭐라고 하든, sặc sỡ: 화려한/알록달록한)

2 계속 (부사): 아무런 이유없이, 변함없이 이제까지 습관적으로 해옴을 나타낸다.

Ví dụ

Hả? Chị đã 40 tuổi rồi ạ? Thế mà em cứ tưởng chị mới 30 chứ.

Không hiểu sao dạo này cứ hay quên. Để đồ ở đâu cũng không nhớ.

Nhìn bề ngoài người ta cứ nghĩ là em ăn chơi lắm, nhưng thực ra em lại khá tiết kiệm và giản dị. (ăn chơi: 돈을 잘 쓰고 잘 누리다, giản dị: 검소하다/ 간소하다)

3 그냥 (부사): 아무런 대가나 조건 또는 의미 따위가 없이 그냥

Ví dụ

Không cần ngăn nó làm gì. Cứ để nó làm. (ngăn: 막다)

Cứ đợi thêm tí nữa. Kiểu gì cô ca sĩ ấy chẳng xuất hiện.

Tôi cứ làm theo cảm tính thôi. Chẳng có lý do gì cả.
(cứ ~ thôi: 그저 ~하는 것뿐이다, cảm tính: 감성/느낌)

4 ['cứ' + động từ + 'đi']: '고민하지 말고 그냥 동사해라'

상대방이 여전히 고민하고 주저하고 결정하지 못할 때 그 행동을 하도록 격려하고 촉구하기 위해 쓰인다. 이 표현방법은 [thử + V + xem]과 비슷한 의미를 가진다.

> **Ví dụ**

Trước mắt cứ thư giãn thoải mái đi. Những việc khác tính sau.
(thư giãn: 긴장을 풀다, relax)

Cứ thử sức một lần đi. Có mất gì đâu. (thử sức: 도전하다)

5 [Cứ + 일정한 시간 + (lại) + 동사]: 일정한 시간마다 ~씩 동사하다.
[Cứ + 거리 + (lại) + 동사]: 일정한 거리마다 ~씩 동사하다.
[Cứ + 수량 + (thì) + 동사]: 수량마다 ~씩 동사하다

이 표현방법들은 정해진 시간 간격, 거리, 수량에 똑같은 배정이 반복됨을 표현한다.

> **Ví dụ**

Cứ 10 phút (lại) có 1 xe buýt đi ga Seoul.

Luật đường bộ quy định trên đường cao tốc, cứ 30 km phải có ít nhất 1 trạm xăng. (đường bộ: 육로, trạm xăng/ cây xăng: 주유소)

Theo thống kê, cứ 100 người đến cửa hàng Apple thì chỉ có 1 người mua. Còn lại là chỉ đến để xem. (thống kê: 통계/ 집계하다)

Cứ 의 용법 **64**

Bài luyện | 연습문제

Sử dụng từ 'cứ' sao cho phù hợp để viết lại các câu sau đây bằng tiếng Việt.

1 그 애는 그저 그렇게 놀기만 해요. 아무 일을 하지 않아요.

2 모든 일을 (고민하지 말고) 그냥 계획대로 진행해라. 무슨 일이 생기면 내가 책임질게.

3 누나는 왜 (예전부터 지금까지 계속) 남의 일에 간섭하고 싶어해요? (~에 간섭하다: can thiệp vào ~)

4 학생 30명 중 한 명은 학교폭력의 피해자였던 경험이 있었다.
(학교폭력: nạn bạo lực học đường, 피해자: nạn nhân, ~한 경험이 있었다: đã từng + V)

5 저는 그저 상사의 명령을 따른 것뿐이에요. (명령: lệnh / mệnh lệnh)

Đáp án | 답안

1 Nó cứ chơi vậy thôi. Chẳng làm gì cả.
2 Mọi việc cứ tiến hành theo kế hoạch đi. Có gì tôi sẽ chịu trách nhiệm.
3 Sao chị cứ thích can thiệp vào chuyện của người khác thế?
4 Cứ 30 học sinh thì có 1 học sinh đã từng là nạn nhân của nạn bạo lực học đường.
5 Tôi cứ làm theo lệnh của cấp trên thôi.

65 Phải + 동사 + mới được.
동사 + phải + 보어.

1 ['Phải' + động từ + 'mới được']: '~해야겠다'

이 구문은 화자가 스스로 어떤 행위를 하겠다고 가볍게 다짐할 때 사용된다.

Ví dụ

Từ ngày mai trở đi, mình phải quyết tâm giảm cân mới được.

Nó dám lừa mình à? Phải dạy cho nó một bài học mới được.
(lừa: 속이다, dạy cho một bài học: 혼쭐내다)

A: Cậu biết gì chưa? Tuần này các thương hiệu quần áo có chương trình khuyến mại đấy.
B: Ôi, thế hả? Vậy thì mình phải đi mua ngay mới được.

2 [Động từ + 'phải' + bổ ngữ]

부정적 수동태 [bị + động từ]와 비슷한 의미를 나타내지만 이 문형은 마치 주어가 운이 없어서 좋지 않은 일을 당한다는 뉘앙스가 풍긴다. (획득, 얻음을 나타내는 động từ + 'được'과 반대). 일반적으로 이 형식으로 쓰이는 동사는 한 음절로 구성된다. (ăn, uống, gặp, mua, dùng, yêu, lấy 결혼하다, giẫm/dẫm 밟다, đâm 부딪히다 등.)

Ví dụ

Đồ ăn thừa thì phải bọc kỹ rồi bảo quản tủ lạnh cẩn thận. Ăn phải đồ ăn thiu là đau bụng đấy. (bọc/gói: 싸다/감싸다/봉지, bảo quản: 보관하다, đồ ăn thiu: 상한 음식)

Hiện nay trên thị trường hàng thật giả lẫn lộn nên khi mua hàng, người tiêu dùng phải xem rõ nguồn gốc xuất xứ. Nhiều người đã bị tiền mất tật mang vì mua phải hàng rởm. (thật giả lẫn lộn: 진짜와 가짜가 뒤섞이다, nguồn gốc: 기원/원산지, xuất xứ: 원산지, tiền mất tật mang: 돈은 돈대로 들었는데 돌아온 건 피해뿐)

Tội nghiệp em Mai, lấy phải anh chồng vừa lười vừa vũ phu. (vũ phu: 폭력적인)

Phải + 동사 + mới được. 동사 + phải + 보어.

Đi cẩn thận nhé! Không là dễ giẫm phải phân chó đấy. (giẫm/dẫm: 밟다, phân: 변)
Chị Lan Anh dùng phải mỹ phẩm giả nên bị hỏng hết da.

Bài luyện | 연습문제

Sử dụng 'phải' sao cho phù hợp để viết lại các câu sau đây bằng tiếng Việt.

1 A: 후엔 언니는 또 면접에 떨어졌어요. 이번이 벌써 열번째예요.

B: 가엾어라. 이따 만나면 그 언니를 위로하고 격려해야겠어요.
  (가엾다: khổ thân, 위로하다: an ủi, 격려하다: động viên)

2 A: 네가 계속 주저하니 사람을 기대하게 만들잖아. (주저하다: lưỡng lự)

B: 네. 제가 단호하게 거절해야겠어요.

3 이번은 너무 방심하고 성급했다. 교훈으로 삼아 다음부터는 더 신중해야겠다.
  (방심하다: chủ quan, 성급하다: nóng vội, 교훈으로 삼다: rút kinh nghiệm, 신중하다: thận trọng)

4 그러게. 왜 계속 걸으면서 핸드폰을 봤어? 그러니까 전봇대에 부딪히지. (전봇대: cột điện)

5 아침부터 까다로운 아저씨 손님을 만났어. 참 운이 없다. (운이 없다: xui / xui xẻo)

195

Đáp án | 답안

1. A: Chị Huyền lại vừa bị trượt phỏng vấn rồi. Lần này là lần thứ 10 rồi đấy.

   B: Khổ thân. Chút nữa gặp phải an ủi động viên chị ấy mới được.

2. A: Tại em cứ lưỡng lự, làm người ta hi vọng.

   B: Vâng. Em phải từ chối dứt khoát mới được.

3. Lần này chủ quan nóng vội quá. Rút kinh nghiệm từ sau phải thận trọng hơn mới được.

4. Ai bảo em cứ vừa đi vừa xem điện thoại nên mới đâm phải cột điện.

5. Mới sáng ra đã gặp phải ông khách khó tính rồi. Xui ghê.

66 Được + 동사 + bởi + 명사.
Mải + 동사

1 **['Được' + động từ + 'bởi' + danh từ]**: '명사로 의해 동사하게 되다'

이 문장의 형식은 [được + 행위의 주체 + 동사] 와 [do + 행위의 주체 + 동사]와 같은 뜻을 나타내는 수동태 표현이다. 이 형식은 주로 사무적이거나 객관적인 경우에 쓰는 중립 수동태다.

> **Lưu ý** 이 형식에서 danh từ가 꼭 사람 관련 명사가 아닐 수 있다.

Ví dụ

Kim tự tháp được xây dựng bởi công nghệ tiên tiến cổ xưa.
(kim tự tháp: 피라미드, công nghệ: 기술, tiên tiến: 선진적인, cổ xưa: 고대의)

Sản phẩm được phân phối độc quyền ở Việt Nam bởi công ty Toàn Cầu.
(phân phối: 분배하다/유통하다, độc quyền: 독점, toàn cầu: 글로벌)
(= Sản phẩm được/do công ty Toàn Cầu phân phối độc quyền ở Việt Nam.)

Công trình nghiên cứu về điện hạt nhân đã được công bố lần đầu tiên bởi Viện nghiên cứu khoa học trung ương. (điện hạt nhân: 원자력, công bố: 공포하다)

○ **Tham khảo thêm.**

'Được' + động từ + 'dưới sự chỉ đạo / dưới sự hướng dẫn của ~': ~의 지도/안내 아래 동사하게 되다. ('được' 생략 가능)

Cuộc diễn tập phòng cháy chữa cháy được tiến hành dưới sự hướng dẫn của đội lính cứu hỏa. (cuộc diễn tập: 연습훈련, phòng cháy chữa cháy: 소방, lính cứu hỏa: 소방관)

2 ['mải' + động từ]

이 형식은 어떤 사람이 한 가지 일에 너무 집중한 나머지 다른 일들을 까맣게 잊는 경우를 말한다.

> **Ví dụ**

Mải nghĩ vẩn vơ quá nên mọi người hỏi mà tôi chẳng nghe thấy gì.
(nghĩ vẩn vơ: 잡생각을 하다)

Sợ thật. Thằng bé hàng xóm mải chơi điện tử đến mức quên ăn quên ngủ.
(chơi điện tử: 게임하다)

Chị ấy chỉ mải chạy theo sự nghiệp, chẳng để ý gì đến chuyện chồng con.
(chạy theo: 쫓아다니다/ 추구하다, sự nghiệp: 일/ 업적)

Bài luyện | 연습문제

Sử dụng cấu trúc bị động [được + động từ + bởi + danh từ] hoặc cụm từ [mải + động từ] để viết lại các câu sau đây bằng tiếng Việt.

1 준비한 지 5년 만에 드디어 저의 박사논문이 주임 교수님의 지도 아래 완성되었습니다.
(드디어: cuối cùng, 주임: chủ nhiệm)

2 교재는 베트남어 강의 경력이 풍부한 베테랑 교사진에 의해서 편찬되었습니다.
(교재: giáo trình, 경력이 풍부한: giàu kinh nghiệm, 베테랑: lâu năm/kỳ cựu, 교사진: đội ngũ giáo viên, 편찬하다: biên soạn)

3 이번 전시회에 전시된 회화작품들은 모두 재능 있는 젊은 화가들이 그렸습니다.
(전시회: triển lãm, 전시하다/진열하다: trưng bày, 재능/재능 있는: tài năng)

4 우리 둘(나와 내 친구)이 가면서 수다를 떠느라 그냥 시장을 지나쳤지 뭐야.

(우리 둘: hai đứa tôi, 수다 떨다: buôn chuyện, 지나치다: đi quá)

5 하이 형은 역시 일중독이에요. 그 형은 시간 가는 줄 모를 정도로 일에 몰두하곤 해요.

(일중독: bị nghiện công việc, 시간 가는 줄 모르다: quên cả thời gian)

 Đáp án | 답안

1 Sau 5 năm chuẩn bị, cuối cùng luận án tiến sĩ của tôi đã được hoàn thành dưới sự hướng dẫn của giáo sư chủ nhiệm.
2 Giáo trình được biên soạn bởi đội ngũ giáo viên lâu năm giàu kinh nghiệm giảng dạy tiếng Việt.
3 Các tác phẩm hội họa trưng bày ở triển lãm lần này đều được vẽ bởi các họa sĩ trẻ tài năng.
4 Hai đứa tôi vừa đi vừa mải buôn chuyện nên đi quá chợ lúc nào không biết.
5 Anh Hải đúng là bị nghiện công việc. Anh ấy thường mải làm việc đến mức quên cả thời gian.

67 A mà không B. A mà không có B. A mà không cần B.

1 **[A mà không B]** (A: động từ / mệnh đề, B: động từ)
[A mà không có B] (A: động từ / mệnh đề, B: danh từ)
'B할 것 없이 A하다', 'B하지 않고 A하다', 'B없이 A하다'

> **Ví dụ**

Sao đến mà không báo trước? Làm chị không kịp chuẩn bị gì cả.

Chị ấy cứ giả vờ ngây thơ mà không hề cảm thấy ngượng. Thật là trơ trẽn.
(giả vờ = giả bộ: ~하는 척하다, ngượng: 쑥스럽다/민망하다, trơ trẽn: 뻔뻔하다)

Anh không thể sống mà không có em. (= Anh không thể sống thiếu em.)

Bác sĩ làm ơn giới thiệu cho em phương pháp điều trị vừa nhanh vừa hiệu quả mà không có tác dụng phụ ấy ạ. (tác dụng phụ: 부작용)

2 **[A mà không cần B]** (A: động từ / mệnh đề, B: danh từ / động từ / mệnh đề)
'B 필요 없이 A하다' / 'B할 필요 없이 A하다' / 'B할 필요 없는 A'

> **Ví dụ**

Ứng dụng này cho phép người dùng có thể lập tài khoản mới mà không cần tạo hồ sơ cá nhân. (ứng dụng: 응용하다/앱, tài khoản: 은행계좌/계정, hồ sơ: 서류/원서)

Bác muốn ngay từ bé cháu đã có thể tự mình làm mọi việc mà không cần sự giúp đỡ của người khác. (tự mình: 자기 스스로, sự giúp đỡ: 도움)

Cháu đừng có mà làm biếng. Chẳng có cách nào để trở nên giàu có mà không cần làm việc cả. (làm biếng = lười)

Bài luyện | 연습문제

Sử dụng cấu trúc 'A mà không B' hoặc 'A mà không cần B' để viết lại các câu sau đây bằng tiếng Việt.

1 감히 네가 왜 부모님 허락 없이 집을 팔았어? (허락: sự cho phép)

....

2 눈물 없는 훈육이란 폭력을 쓰지 않고 아이를 착하게 가르치는 방법입니다.
(훈육/규율: kỷ luật, 폭력: bạo lực)

....

3 영양연구소의 영양전문가들이 '어떻게 하면 고기, 생선, 달걀, 우유를 먹을 필요 없이 충분한 영양을 공급할 수 있을까?'라는 주제로 연구하고 있습니다.
(전문가: chuyên gia, 영양: dinh dưỡng, 주제: chủ đề/đề tài, 어떻게 하면 동사할 수 있을까: làm sao để 동사)

....

4 오늘은 우리가 여러분께 광고비 한 푼도 들일 필요 없는 (한푼도 들지 않는) 효과적인 온라인 판매방법을 공유해 드리겠습니다. (한푼: một xu, 공유하다: chia sẻ)

....

5 그가 당황하거나 하나도 쑥스러워 하지 않고 많은 사람 앞에서 발표한 건 처음이에요.
(당황하다: bối rối, 쑥스럽다: ngượng ngùng, 많은 사람/인파: đám đông)

....

Đáp án | 답안

1 Tại sao em dám bán nhà mà không được sự cho phép của bố mẹ?
2 'Kỷ luật không nước mắt' là phương pháp dạy con ngoan ngoãn mà không dùng bạo lực.
3 Các chuyên gia dinh dưỡng của Viện nghiên cứu dinh dưỡng đang nghiên cứu đề tài 'Làm sao để cung cấp đủ chất mà không cần ăn thịt, cá, trứng, sữa?'.
4 Hôm nay chúng tôi sẽ chia sẻ với các bạn về phương pháp bán hàng online hiệu quả mà không cần tốn một xu tiền quảng cáo.
5 Lần đầu tiên anh ấy phát biểu trước đám đông mà không chút bối rối hay ngượng ngùng.

68 원인 – 결과 접속사: thế là, thành thử, thành ra, đâm ra, nên mới phải, thành thử mới phải

1 Thế là: 그러므로, 그 결과로, 그랬더니

이 접속사는 과거에서 인과관계로 벌어진 일이나 상황의 진행을 이야기할 때 문장과 문장을 연결하기 위해 사용된다.

Ví dụ

Công ty cho các nhân viên bốc thăm ngẫu nhiên. Thế là tôi bốc trúng giải nhất là một chuyến du lịch trọn gói. Thế là đi thôi.
(bốc thăm: 추첨/제비뽑기, ngẫu nhiên: 무작위/우연히)

Tôi đăng thử quảng cáo trên mạng xã hội. Thế là bỗng nhiên hàng hóa bán đắt như tôm tươi. (đăng: 포스팅하다, mạng xã hội: SNS, bỗng nhiên/tự dưng: 갑자기, bán đắt như tôm tươi: 날개 돋친 듯 팔리다)

Anh Hùng chạy xe vượt tốc độ cho phép, thế là bị cảnh sát phạt.
(vượt: 추월하다/초과하다, phạt: 벌하다/벌주다/벌금을 부과하다/처벌하다)

2 A, thành thử / thành ra / đâm ra + B: 그래서, 그렇기 때문에

이 접속사들은 B가 A의 자연스럽고 당연한 결과로 여겨질 경우 구어체에서 사용된다. 또한 긍정적인 경우보다 부정적인 경우에 많이 쓰인다.

Ví dụ

Giữa họ không đơn giản chỉ là mâu thuẫn ngày một ngày hai, thành thử hơi khó hòa giải. (mâu thuẫn: 갈등, ngày một ngày hai: 하루 이틀, hòa giải: 화해하다)

Mấy ngày nay nồng độ bụi siêu mịn cao vượt mức tiêu chuẩn, đâm ra ai cũng sợ ra ngoài đường. (nồng độ: 농도, bụi siêu mịn/bụi siêu nhỏ: 초미세먼지)

Thất bại nhiều đâm ra nản. (nản/chán nản: 낙심하다/의기소침)

3 A nên mới phải / thành thử mới phải / đâm ra mới phải B

'그래서 마지못해 B하게 되다', '그래서 할 수 없이 B하게 되다', 'A하는 바람에 B하게 되다'.

이 구조는 주체가 어렵고 난처한 상황에서 어쩔 수 없이 무엇을 하게 된다고 설명할 때 구어체에서 사용된다. ('nên đành / nên đành phải' 와 비슷함)

Ví dụ

Chuyện là thế này. Xe của em hôm nay bị thủng lốp, thành thử mới phải đi nhờ xe của anh. (bị thủng lốp: 타이어가 펑크나다)

Nó dọa nếu không bồi thường thì nó sẽ kiện, đâm ra tôi mới phải đền cho nó đấy.
(dọa: 협박하다, bồi thường: 배상하다, kiện: 고소하다, đền: 보상하다/물어주다)

Bài luyện | 연습문제

Sử dụng các liên từ 'thế là', 'thành thử', 'đâm ra', 'nên mới phải' v.v. để viết lại các câu sau đây bằng tiếng Việt.

1 남자아이가 계속 말썽을 피우고 먹지도 않아서 엄마에게 혼났어요.
(남자아이: thằng bé, 말썽을 피우다/장난이 심한: nghịch / nghịch ngợm)

2 한국에는 원래 산이었던 대지에 건설된 도시가 많아 도시에 언덕이 많아요.
(원래 산이었던 ~: ~ vốn là núi, 대지: nền đất, 언덕: dốc)

원인 - 결과 접속사: thế là, thành thử, thành ra, đâm ra, nên mới phải, thành thử mới phải

3 말하자면 이렇습니다. A씨가 돌멩이를 던졌어요. 의도치 않게 B씨의 머리에 딱 맞았어요. 그래서 B씨는 응급실에 가야 했어요. (돌멩이: hòn đá/viên đá, 던지다: ném, 의도치 않게: chẳng may/không may, 딱 ~에 맞다: trúng ~, 응급실에 가다: đi cấp cứu)

4 물건이 안 팔리고 회사경영이 적자라서 마지못해 문을 닫게 됐어요.
(안 팔리다: ế ẩm/không bán được, 경영이 적자다: kinh doanh thua lỗ/làm ăn thua lỗ)

5 월말에 주머니에 한 푼도 없어 하는 수 없이 오토바이를 전당포에 갖다 맡겼어요.
(주머니에 한푼도 없다: không còn một xu dính túi, ~를 전당포에 갖다 맡기다: mang ~ đi cầm đồ)

Đáp án | 답안

1 Thằng bé cứ nghịch ngợm, không chịu ăn, thế là bị mẹ nó mắng.
2 Ở Hàn Quốc có nhiều thành phố được xây dựng trên nền đất vốn là núi, thành thử trong thành phố có nhiều dốc.
3 Chuyện là thế này. Anh A ném hòn đá. Chẳng may trúng đầu anh B. Thế là anh B phải đi cấp cứu.
4 Hàng hóa ế ẩm, công ty làm ăn thua lỗ quá nên mới phải đóng cửa.
5 Cuối tháng không còn một xu dính túi đâm ra mới phải mang xe máy đi cầm đồ.

69 ngay / liền 의 용법

1 부사 'ngay' / 'liền'

'ngay / liền'이 동사 뒤에 올 경우 지체없이 곧바로 행동하는 것을 의미한다.

Ví dụ

Ăn ngay / liền đi cho nóng. Để lâu là nguội hết đấy. (nguội: 식다)

Chính quyền địa phương yêu cầu người dân dừng ngay hành động đánh bắt cá trái phép. (chính quyền địa phương: 지방정권, đánh bắt cá: 생선 포획, trái phép: 불법/위법의)

Giục gì mà lắm thế? Tôi tới ngay / liền đây. (giục: 재촉하다)

Biết ngay mà: 그럴 줄 알았어.

2 조사 'ngay'

'ngay'는 장소전치사나 시간표현 앞에 위치할 경우 해당 장소와 시간의 명확성을 강조한다.

Ví dụ

Khi gần đến điểm dừng cần xuống thì quý khách có thể nhấn chuông để bác tài biết. Chuông ở ngay trên đầu quý khách ạ.
(điểm dừng: 정류장, nhấn: 누르다, chuông: 종/벨, bác tài: 운전 아저씨)

Nghe đâu họ sắp mở một con đường chạy qua ngay cạnh nhà tôi.
(nghe đâu = nghe nói, ngay cạnh = kế bên)
(mở đường: 길을 내다, chạy qua / đi qua: 지나가다)

Hợp đồng mua bán sẽ có hiệu lực ngay sau khi đại diện hai bên ký vào văn bản.
(hiệu lực: 효력, đại diện: 대표/ 대리인, văn bản: 문서)

Bài luyện | 연습문제

Sử dụng từ 'ngay' sao cho hợp lý để viết lại các câu sau đây bằng tiếng Việt.

1. 이 집은 풍수가 아주 훌륭해요. 집 바로 뒤는 소나무산이고 바로 앞은 작은 계천이에요.
   (풍수: phong thủy, 소나무산: đồi thông, 계천: dòng suối)

2. 시골 우리 집은 강가 바로 옆이어서 오후만 되면 반드시 동네 애들이 같이 강에 목욕하러 가자고 불러낸다. (강가: bờ sông, 동네 애들: bọn trẻ con xóm, 강에서 목욕하다: tắm sông)

3. 이런, 맨 바깥 자리에 앉게 되다니. 이러면 수업 시간에 군것질하거나 졸 수가 없겠네.
   (맨 바깥: ngoài cùng, 이러면/이 스타일: kiểu này, 군것질하다: ăn quà vặt / ăn vặt, 졸다: ngủ gật)

4. 화 언니는 오빠가 여기서 나간 뒤에 바로 왔어요.

5. 여러분, 새로운 소식이 있으면 바로 저에게 알리는 것을 잊지 마세요.

Đáp án | 답안

1. Ngôi nhà này có phong thủy rất tuyệt vời. Ngay sau nhà là một đồi thông. Còn ngay trước nhà là một dòng suối nhỏ.
2. Ở quê, nhà tôi ở ngay cạnh bờ sông nên cứ buổi chiều là bọn trẻ con xóm lại rủ nhau đi tắm sông.
3. Chán thế. Bị ngồi ngay bàn ngoài cùng. Kiểu này chắc là chẳng ăn quà vặt hay ngủ gật trong lớp được rồi.
4. Chị Hoa đến ngay sau khi anh vừa đi khỏi đây.
5. Mọi người nhớ báo liền cho tôi khi có thông tin gì mới nhé.

Luôn 의 용법

1 부사 'luôn'

'Luôn'은 동사 뒤에 올 경우 지체 없이 곧바로 행동하는 것을 의미한다. (부사 ngay 와 같은 뜻)

Ví dụ

A: Anh cứ suy nghĩ từ từ rồi trả lời sau nhé.
B: Không cần nghĩ, tôi trả lời luôn.

Sau khi luộc rau xong thì nhớ ngâm vào nước luôn để rau xanh.
(luộc: 삶다, ngâm vào ~: 액체 따위에 담그다)

2 짧은 대화문에서 망설임 없이 쿨하게 상대방의 제안을 받아들이거나 행동을 통 크고 화끈하게 하는 어감을 나타낸다.

Ví dụ

A: Nghe nói ở rạp có phim hay lắm. Đi xem đi.
B: Ok, đi luôn.

Đàn ông con trai gì mà kêu ít món vậy? Kêu luôn 3, 4 món đi!
(= Kêu hẳn 3, 4 món đi)

3 행위와 행위 사이에 쉴 틈이 없이 줄곧 진행됨을 의미한다.

Ví dụ

Chị ấy về qua nhà lấy quần áo rồi đi luôn.

Cưới xong chị ấy sinh con luôn chứ không có thời gian tận hưởng cuộc sống của vợ chồng son. (tận hưởng: 누리다, vợ chồng son: 신혼부부)

Luôn 의 용법 **70**

4 본 행위를 한 김에(효율성 또는 시간 단축을 위해) 추가 행위를 같이 함. 여러 대상을 묶어서 한꺼번에 행위를 함, 다른 사람이 어떤 행동을 하길래 덩달아 함을 뜻한다.

> Ví dụ

Em đi pha cà phê à? Tiện thể lấy hộ anh 1 cốc nước luôn nhé!
(tiện thể = nhân tiện: 한 김에)

Chẳng mấy khi lên thủ đô chơi, hay là nhân tiện mình chụp ảnh cưới luôn đi anh! (chẳng mấy khi ~: 간만에 ~하다)

Tháng này tớ chưa có tiền để trả cho cậu. Tớ hứa tháng sau tớ sẽ trả luôn cả gốc lẫn lãi. (cả gốc lẫn lãi: 원금과 이자 모두)

A: Sang tuần tớ định đăng ký học lái xe đấy. (sang tuần = tuần sau = tuần tới)

B: Thật hả? Thế thì tớ cũng đăng ký luôn. Chúng mình cùng đi học cho có bạn. (cho có bạn: 심심하지 않게)

5 일시적이거나 부분적이 아니라 전적으로, 앞으로 쭉

> Ví dụ

Mượn rồi lấy luôn.
Bỏ nhà đi luôn không về. (bỏ nhà đi: 가출하다)
Sống luôn ở nước ngoài.

바로 써먹는 베트남어 3편

Bài luyện | 연습문제

Sử dụng từ 'luôn' sao cho phù hợp để viết lại các câu sau đây bằng tiếng Việt.

1 뭐하러 한두 가지만 사니? 아예 세트를 사지, 저렴하게.

2 처음에 저도 고향에 와서는 일주일만 놀다 가려고 했어요. 그런데 이곳의 삶이 너무 평온해서 아예 남기로 했어요. (평온하다: êm ả/yên ả/êm đềm)

3 다음 주 도시에 올라가는 김에 서점을 들러서 나를 위해 그 소설을 사주세요.
(들르다: ghé qua / ghé / qua, 소설: tiểu thuyết)

4 마침 여기 줄자가 있으니 저를 도와 이 책상의 크기, 길이, 넓이, 높이를 재주세요.
(줄자: thước dây, 크기: kích thước, 길이: chiều dài, 넓이: chiều rộng, 높이: chiều cao, 재다: đo)

5 저는 한국에 가서 몇 가지 일을 해결하고 곧바로 베트남으로 돌아와요. 만날 시간 마련하기가 좀 어려울 것 같아요.
(돌아오다/돌아가다: quay trở lại, 시간 따위를 마련하다/배치하다/보기 좋게 정리하다: sắp xếp)

Đáp án | 답안

1. Lấy có một hai thứ làm gì? Lấy luôn cả bộ đi cho rẻ.
2. Mới đầu tôi cũng chỉ định về quê chơi khoảng 1 tuần thôi. Nhưng cuộc sống nơi đây êm ả quá nên là tôi quyết định ở lại luôn.
3. Tuần sau lên thành phố thì tiện thể ghé nhà sách mua luôn hộ tôi bộ tiểu thuyết đó nhé!
4. Nhân tiện có thước dây ở đây thì đo luôn kích thước chiều dài, chiều rộng, chiều cao của cái bàn này giúp em nhá!
5. Tôi chỉ về Hàn Quốc giải quyết vài việc rồi quay trở lại Việt Nam luôn. Chắc là hơi khó sắp xếp thời gian gặp nhau.

71

Vừa / mới + 동사1 + (mà) + đã + 동사2.
동사1 + là + 주어 + lập tức + 동사2.

1 ['Vừa / mới' + động từ 1 + (mà) + 'đã' + động từ 2]
'동사1을 막 시작했는데 벌써 동사2를 하다'

이 구문은 행동2가 행동1이 발생하고 거의 바로 뒤에 일어나는 것을 표현한다. 즉, 행동2가 너무 빨리 발생한 것을 강조한다.

Ví dụ

Vừa bắt đầu mà đã muốn từ bỏ. Sao mà thiếu kiên nhẫn thế? (Sao mà = Sao)

Ăn nữa đi cháu. Thanh niên gì mà vừa ăn một tí đã no.

Mới làm có tí xíu mà đã kêu mệt. (tí xíu = một chút)

Vừa nghỉ giải lao một lúc đã bị mắng. (nghỉ giải lao: 잠깐 휴식하다/브레이크 타임을 갖다)

Thời tiết dạo này thay đổi thất thường thật. Vừa mưa đã nắng.
(thất thường: 불규칙적이다/변덕스럽다)

Lưu ý

구어체에서 다음 구문을 사용할 수 있다.

['Vừa' + động từ 1 + (một cái) 'là' + động từ 2 + 'ngay / luôn']
동사1 하자마자 곧 바로 동사2 하다

Công nhận khu chung cư mới xây đó hot thật. Vừa mở bán (một cái) là hết luôn. (mở bán: 분양하다/ 판매 개시)

Khác với những lần trước, lần này khách vừa vào (một cái) là nhân viên lễ phép cúi đầu chào ngay. (khác với ~: ~와 달리, lễ phép: 예의 바르다/ 공손히, cúi đầu: 고개를 숙이다)

2 [Động từ 1 + 'là' + chủ ngữ + 'lập tức' + động từ 2]
'동사1하자 주어가 즉시 동사2하다'

> **Ví dụ**

Nhận được tin là các phóng viên lập tức lên đường tác nghiệp.
(lập tức: 즉시, lên đường: 길을 나서다, tác nghiệp: 작업하다/취재하다)

Nghe tin mình được thăng chức là bao nhiêu người lập tức gọi điện đến chúc mừng. (thăng chức = thăng tiến)

Bài luyện | 연습문제

Sử dụng các cấu trúc [vừa/mới ~ đã ~] hoặc [động từ 1 + là + chủ ngữ + lập tức + động từ 2] để viết lại các câu sau đây bằng tiếng Việt.

1 가수 롱안의 새 곡이 나오자마자 Vnmedia 랭킹에서 1위를 합니다. (랭킹/보드: bảng xếp hạng)

2 3월에 들어서자 날씨가 바로 습해졌어요.
(시기에 들어서다: sang + thời gian, 날씨가 습하다: trời nồm / trời ẩm)

3 며칠 전에 끝까지 하겠다고 마음 먹었는데 지금 벌써 그만두고 싶어요?
(며칠 전: hôm trước / mấy hôm trước, 끝까지 하다: làm đến cùng)

4 그 친구가 빨리 부유해진 건 주식을 잘했기 때문이에요. 주가가 내려가자 그가 즉시 주식을 사들였어요. (경제의 한 분야로서의 증권/주식: chứng khoán, 주식회사의 자본을 구성하는 단위로서의 주식/주: cổ phiếu)

5 음식이 나오자 다들 즉시 말이 없어지고 먹는 일에만 집중해요.

Đáp án | 답안

1. Bài hát mới của ca sĩ Long An vừa ra đã đứng đầu bảng xếp hạng VNmedia.
2. Vừa sang tháng 3 một cái là trời nồm ngay.
3. Hôm trước vừa bảo quyết tâm sẽ làm đến cùng mà giờ đã muốn thôi rồi à?
4. Sở dĩ cậu ấy nhanh giàu là vì chơi chứng khoán giỏi. Cổ phiếu vừa xuống là cậu ấy lập tức mua vào.
5. Đồ ăn mang ra là mọi người lập tức im lặng, chỉ tập trung ăn uống.

72. A nói riêng (và) B nói chung. Đến lúc + 동사 + mới thấy ~

1 [A nói riêng (và) B nói chung]
[B nói chung (và) A nói riêng]
(A, B가 명사. 의미상 A가 B의 일부임)
'작게는 A (그리고) 크게는 B', '개별적으로 A분만 아니라 전체적으로 B까지'

Ví dụ

Môn sử nói riêng và tất cả các môn học nói chung. (môn sử / môn lịch sử: 역사 과목)

Người Hà Nội nói riêng và người Việt Nam nói chung.

Tôi cho rằng áo dài là một nét văn hóa đặc sắc của văn hóa Việt Nam nói chung và của trang phục Việt Nam nói riêng. (đặc sắc: 특색 있는)

Lưu ý

'nói riêng' 과 'nói chung'을 단독으로 사용할 수 있다.

Chuyện tế nhị thế này thì tốt nhất là nên nói riêng với nhau.
(chuyện tế nhị: 민감한 이야기)

Căn hộ này nằm ở vị trí thuận lợi, mới xây chưa được bao lâu, đầy đủ tiện nghi, sạch sẽ, giá cả hợp lý. Nói chung (là) đạt yêu cầu.
(căn hộ: 아파트/아파트의 종별사, nằm ở ~: ~에 위치하다, nói chung là: 대체로)

2 ['Đến lúc' + động từ + 'mới thấy' ~]: '막상 동사해보니 ~하더라'

이 문장 형식은 동사하기 전까지 뒤에 오는 사실을 몰랐거나 예상하지 못했음을 표현한다.

Ví dụ

Nhìn qua toàn mỡ tưởng là ngấy. Đến lúc ăn thử mới thấy ngon.
(nhìn qua: 언뜻 보다/얼핏 보다, mỡ: 동물기름/비계, ngấy: 느끼하다)

Đến lúc bắt tay vào làm mới thấy khó kinh khủng. (bắt tay vào làm = bắt đầu làm)

Đến lúc trang trí nội thất xong mới thấy không đẹp.
(trang trí: 꾸미다/장식하다, nội thất: 인테리어)

Đến lúc ra ở riêng mới thấy cuộc sống quả thật không phải toàn màu hồng như mình tưởng. (ra ở riêng: 분가하다, quả thật: 역시)

● Tham khảo thêm.

['đến lúc' + động từ 1 + 'thì lại' + động từ 2]

['đến lúc' + động từ 1 + 'thì' + chủ ngữ + 'lại' + động từ 2].

'막상 동사1을 할 때 주어가 동사2를 하더라'

이 문장 형식은 누군가의 행동이 일관성 없는 것에 대해 비꼬거나 비판할 때 사용된다.

Ví dụ Lúc vay tiền thì giọng nhẹ nhàng nịnh bợ. Đến lúc bị đòi tiền thì lại quay ngoắt 180 độ. (nịnh bợ: 아부하다, bị đòi tiền: 돈 요구를 당하다, quay ngoắt: 확 돌리다)

Lúc yêu nhau thì anh ấy thể hiện tình yêu mãnh liệt lắm. Đến lúc lấy nhau rồi thì anh ấy lại lạnh lùng, không thể hiện tình cảm gì cả.
(thể hiện: 표현하다/표출하다, mãnh liệt: 격렬한/격렬하게, lạnh lùng: 냉정하다)

A nói riêng (và) B nói chung. Đến lúc + 동사 + mới thấy ~

Bài luyện | 연습문제

Sử dụng các cách nói 'nói riêng, nói chung' hoặc 'đến lúc ~ mới thấy ~' hoặc 'đến lúc ~ thì lại ~' để viết lại các câu sau đây bằng tiếng Việt.

1 원천이 고갈될 위기를 대비하기 위해 우리가 (개별적으로) 수자원뿐만 아니라 다른 천연자원까지 (전체적으로) 보호해야 합니다. (원천: nguồn nước, 고갈하다: cạn kiệt, 대비하다/대응하다: đối phó / ứng phó, 수자원: tài nguyên nước)

2 오늘 회담의 주제는 '영화뿐만 아니라 전체적인 예술의 미래'입니다. (회담: buổi hội đàm / buổi tọa đàm, 하나의 예술 종목으로서의 영화: điện ảnh)

3 막상 현실에 적용해 보니 몇몇 발상이 이론성만 있고 실전에 잘 맞지 않습니다.
   (발상: sáng kiến, 이론성: tính lý thuyết, 실전: thực tiễn)

4 계획을 논의할 때는 다들 엄청 신나 했더니 막상 가자고 부르니 다들 바빠서 못 간다고 핑계를 대요. (신나다: hào hứng/hứng khởi, 가자고 부르다: gọi đi)

5 막상 지나고 나니 아쉽더라.

Đáp án | 답안

1. Để đối phó nguy cơ bị cạn kiệt nguồn nước, chúng ta cần bảo vệ tài nguyên nước nói riêng và tài nguyên thiên nhiên nói chung.

2. Chủ đề của buổi tọa đàm ngày hôm nay là 'Tương lai của điện ảnh nói riêng và nghệ thuật nói chung'.

3. Đến lúc áp dụng vào thực tế mới thấy một số sáng kiến chỉ mang tính lý thuyết, không phù hợp với thực tiễn.

4. Lúc bàn kế hoạch thì ai cũng hào hứng lắm. Đến lúc gọi đi thì ai cũng kiếm cớ bận không đi được.

5. Đến lúc qua rồi mới thấy nuối tiếc.

73. thôi 의 용법

1 동사 thôi 의 용법

a. Thôi: 그만두다, 더 이상 ~하지 않다, 그만, 관두다

> Thôi việc (= nghỉ việc), thôi học (= bỏ học), trời thôi mưa (= trời tạnh mưa / trời hết mưa), thôi khóc (= hết khóc / nín), thôi dọa dẫm (= không dọa dẫm nữa) v.v.
> (dọa dẫm: 협박하다)

Thôi, không cãi nhau nữa. Đau đầu quá đi mất.

b. Thì thôi: Coi như không có chuyện gì nữa. 아무 일이 없었던 걸로 간주하다.

Em thích thì anh mua cho. Không thích thì thôi.

Mình nói thật mà. Bạn không tin thì thôi. Kệ bạn. (kệ: 내버려 두다)

2 조사 thôi 의 용법

a. 상대방에게 걱정하지 말라고 설득할 때 사용하는 조사 (번역되지 않음).

Uống thuốc vào rồi nghỉ ngơi là cháu sẽ thấy dễ chịu ngay thôi.

Yên tâm đi. Mọi chuyện sẽ ổn cả thôi.

b. 무엇을 하자고 독촉할 때 짧은 평서문 끝에 위치하며 구어체에서 편한 사이나 아랫사람에게 쓰이는 조사. 이 형식은 ['Thôi', + câu + 'nào']로 확장할 수 있다.

Quay trở lại làm việc thôi. (= Thôi, quay trở lại làm việc nào.)

c. 마지못해 포기하거나 받아들이는 어감을 나타내며 'đành'이나 'vậy'와 같이 쓰일 수 있다.

Thôi, đành vậy chứ biết (làm) sao bây giờ./ Đành vậy thôi chứ biết (làm) sao bây giờ.

A: Đường này hẹp quá. Chắc là xe không vào được đâu. (hẹp: 좁다)

B: Thôi, đi bộ vào vậy.

A: Cái đầm này hơi hở chút xíu nhưng trông hấp dẫn, trẻ trung mà. Sao anh lại cấm em mặc? (hở: 노출하다)

B: Thôi được (rồi). Tùy em vậy.

d. 대수롭지 않게 받아들이거나 혹은 그런 태도로 의견을 표현할 때.

A: Tôi cứ bảo họ như vậy rồi có gì tính sau nhé!
(tính: 어떻게 할지 생각하다, tính sau: 어떻게 할지 나중에 생각하다)

B: Vâng. Anh cứ tiến hành như vậy thôi.

e. 화자의 주관적인 평가에서 복잡할 거 없거나 별것 없음을 강조할 때.

Có gì khó hiểu đâu. Tại nó lười học nên thi trượt thôi.

Cái này mà xịn á? Bình thường thôi.

f. 속도, 크기, 강도, 난이도 등이 약함을 강조할 때 (상대방에게 속도/강도를 자제하라고 요구하는 명령문으로 많이 쓰임).

Sao đi nhanh thế? Đi chậm thôi!

Nhẹ tay thôi không vỡ.

Gió nhẹ thôi, không lạnh lắm đâu.

Bài luyện | 연습문제

Sử dụng từ 'thôi' sao cho phù hợp để viết lại các câu sau đây bằng tiếng Việt.

1 되면 좋고 안 되면 말고.

2 세월이 가면 너는 그 슬픈 기억을 조금씩 잊을 거야.
(슬픈 기억: ký ức đau buồn, 조금씩/점점: dần)

3 A: 저는 (아저씨 아주머니) 두 분께 어떻게 감사해야 할지 모르겠습니다. 저를 위해 두 분께서 선물을 받아 주세요.

B: (마지못해) 알았어. 우리가 받을게. 그러나 다음번에는 이렇게 하지 마라!

4 너는 다이어트 식단을 천천히 적용하는 게 좋아. 너무 급하게 하면 실패하기 십상이다.
(급하게 하다/다급하다: gấp gáp, ~하기 십상이다: dễ ~ lắm)

5 곧 퇴근시간입니다. 다들 업무를 마무리하시고 집에 갈 준비하시죠.
(퇴근시간: giờ tan tầm, 마무리하다: hoàn thành / hoàn tất / làm xong)

Đáp án | 답안

1. Được thì tốt mà không được thì thôi.
2. Theo thời gian, em sẽ dần quên đi những ký ức đau buồn đó thôi.
3. A: Cháu không biết phải cảm ơn hai bác thế nào. Hai bác cứ nhận quà giúp cháu ạ.
   B: Thôi được rồi. Hai bác sẽ nhận. Nhưng lần sau đừng làm thế này nữa nhá!
4. Em nên áp dụng chế độ ăn kiêng từ từ thôi. Gấp gáp quá là dễ thất bại lắm.
5. Sắp đến giờ tan tầm rồi. Mọi người hoàn tất công việc rồi chuẩn bị về thôi.

74 vậy 의 용법, cũng 의 용법

1 조사 vậy 의 용법

a. [Thì / Thế thì ~ vậy]: '그렇다면 ~하죠 뭐'

이 표현 방식은 대수롭지 않게 다른 방법을 받아들이는 태도를 표현한다. ('thôi' 와 비슷함)

Ví dụ

A : Ở quê chán lắm, chẳng có biển. Anh chỉ muốn được đi tắm biển thôi.
B : Thì mình đi tắm sông cũng được vậy.

A: Nhà hết cơm rồi.
B: Hết cơm rồi thì ăn mỳ vậy./ Thế thì ăn mỳ thôi.

b. [Thôi ~ vậy]

이 표현 방식은 ① 마지못해 포기하거나 상황을 받아들일 때, ② 화자와 상대방이 합의를 이루지 못하는 상황에서 다른 방법으로 전환할 때 사용된다.

Ví dụ

A: Hàng dài thế này thì chắc phải 2 tiếng sau mới đến lượt mình.
 (hàng: 줄, đến lượt ~: ~차례가 되다)
B: Thôi, mai đến sớm xếp hàng vậy. (xếp hàng: 줄 서다)

2 cũng 의 용법

a. 평서문에서 [cũng + 서술어]

'cũng'은 '역시, ~도'로 해석되는 경우가 대부분이지만 상황에 따라 뒤에 따라오는 서술어의 정도를 약하게 표현하고 전체적인 분위기를 부드럽게 할 때 사용된다.

Ví dụ

A: Nhà thuê của anh thế nào? Tốt không?

B: Cũng được. (썩 좋지 않고 나름 괜찮다는 뜻)

A: Anh đứng đợi em từ nãy tới giờ có mỏi chân lắm không?
(từ nãy tới giờ = nãy giờ: 아까부터 지금까지, mỏi: 불편한 자세를 오래 하거나 지속적인 단순노동으로 인해 생기는 일종의 근육통)

B: Cũng mỏi, nhưng không sao cả.

Trông cậu ấy cũng hiền lành tử tế.

Hậu quả của cuộc đình công cũng khá nghiêm trọng.
(hậu quả: 여파, cuộc đình công: 파업)

구조 [cũng ~ nữa]는 화자가 상대방의 질문이나 재촉에 망설이거나 늦추고자 하는 태도를 표현할 때 사용한다.

A: Bên công ty họ đang giục mình bồi thường vụ vi phạm hợp đồng đấy. Anh tính sao? (bồi thường: 배상하다, vụ: 건, vi phạm: 위반/ 위반하다)

B: Cũng chưa biết nữa. Tôi cũng rối trí quá, chả nghĩ được ra cách nào cả.
(rối trí: 머릿속이 복잡하고 정리되지 않다, chả = chẳng)

b. 의문문에서 'cũng'

'cũng'은 의문사 없는 의문문 중 [có ~ không?] 의문형에서 쓰일 수 없으며 [주어 + 'cũng' + 서술어 + 'à/phải không/đúng không/chứ/nhỉ'?] 의문형으로 해야 한다.

Ví dụ

Ồ, thật là trùng hợp. Em cũng yêu thích hội họa giống anh à?
(trùng hợp: 우연의 일치)

Anh chỉ giúp đỡ cô ấy như giúp một người em gái thôi. Với lại, em cũng biết hoàn cảnh của cô ấy rất đáng thương mà, đúng không?
(đáng thương: 가엾다, 불쌍하다)

Nói chuyện một lúc thì thấy chị Hà cũng không đáng ghét lắm nhỉ?
(một lúc: 잠시동안/잠시, đáng ghét: 얄미운/밉상의)

바로 써먹는 베트남어 3편

Bài luyện | 연습문제

Sử dụng các cách nói 'thì ~ vậy', 'thôi ~ vậy' hoặc từ 'cũng' một cách phù hợp để viết lại các câu sau đây bằng tiếng Việt.

1 A: 지금은 이사철이라 페인트칠과 도배를 해주는 데가 아무 데도 없어요.
(이사철: mùa chuyển nhà, 페인트/페인트를 칠하다: sơn, 도배: dán tường)

B: 그렇다면 우리가 스스로 하죠 뭐.

2 A: 이 가격이 아주 착한 거예요. 더는 깎을 수 없어요. (착한 가격: giá mềm)

B: 관둬요. 제가 다른 데 가서 물어보죠.

3 제 개인적인 의견인데 최근에 행정절차들이 다소 개선되긴 했지만 (개선 정도를 약하게 표현) 여전히 불합리한 점이 몇 가지 있어요.
(행정절차: thủ tục hành chính, 다소: ít nhiều, 불합리한: bất hợp lý)

4 이 일에 관해서는 우리는 상급자의 결정을 기다려야 해요(늦추고자 하는 어감으로). 서두를 수 없어요. (상급자: cấp trên, 서두르다: vội / vội vàng)

5 당신은 비록 여전히 베트남 국적을 유지하고 있지만 한국에서 10년 이상 거주했잖아요. 아마 당신도 선거권이 있겠죠? (국적: quốc tịch, 유지하다: giữ/duy trì, 선거권: quyền bầu cử)

vậy 의 용법, cũng 의 용법 74

> **Đáp án** | 답안

1. A: Giờ đang là mùa chuyển nhà nên không chỗ nào nhận sơn nhà và dán tường cả.

   B: Thì mình tự làm vậy.

2. A: Giá này là mềm lắm rồi. Không bớt được nữa đâu.

   B: Thôi, tôi đi hỏi chỗ khác vậy.

3. Theo ý kiến cá nhân tôi thì gần đây các thủ tục hành chính cũng được cải thiện ít nhiều. Tuy nhiên, vẫn còn một số điểm bất hợp lý.

4. Về việc này thì chúng ta cũng phải đợi quyết định từ cấp trên nữa. Không thể vội vàng được.

5. Tuy vẫn giữ quốc tịch Việt Nam nhưng anh cư trú ở Hàn trên 10 năm rồi mà. Chắc là anh cũng được quyền bầu cử chứ?

바로 써먹는
베트남어
3편

고급 문법
& 작문

PART

IV

Chứ 의 용법

1 접속사 'chứ'

a. 긍정절과 부정절(부정형과 부정의미를 담는 구조 포함)을 연결한다. 중급에서 배운 구조 [A chứ không B] (A하지 B하지 않다)에서의 'chứ'와 같은 용법이다.

Ví dụ

Tôi cho rằng hành vi vứt rác nơi công cộng là do ý thức kém chứ không phải do vô ý. (hành vi: 행위, vứt: 버리다, nơi công cộng: 공공장소, ý thức kém: 낮은 시민의식, vô ý: 경솔하다/무심코/부주의)

Bán rẻ mới mua chứ đắt thế này thì mua làm gì?

b. [Danh từ 1 + A + 'chứ' + Danh từ 2 + (thì) + B] (A, B: 뜻이 정반대인 서술어)

서로 주어가 다르고 뜻이 정반대인 두 절을 연결한다. (nhưng으로 대신 가능)

Ví dụ

Tôi mới chính là linh hồn của công ty này chứ anh thì có đóng góp gì đâu. (A mới chính là ~: A야말로 ~다, linh hồn: 영혼, đóng góp: 기여하다)

Mọi người hay nghĩ rằng cứ nhiều tiền là sung sướng chứ sự thật thì đôi khi hoàn toàn ngược lại. (sung sướng: 좋고 행복하다)

2 조사 'chứ'

a. 평서문 끝에 위치한 'chứ / đấy chứ'는 긍정대답을 기대하는 어감으로 물어보는 질문으로 만든다.

Anh không quên mai là ngày quốc tế phụ nữ đấy chứ?

b. 긍정의미 강조

A: Nếu hóa đơn trên 5 triệu thì có được trả góp lãi suất 0% không ạ?
(trả góp lãi suất 0%: 무이자 할부)

B: Vâng. Có chứ ạ. / Được chứ ạ.

Nhìn cũng ra dáng thiếu nữ đấy chứ. (ra dáng: 폼나다, thiếu nữ: 소녀)

c. 본인이 요구하는 것에 대해 무게감을 더해준다.

> Ví dụ

Nói khẽ thôi chứ. (khẽ: 살며시, 살금살금)

Tôi hiểu quy định là như vậy. Nhưng cũng phải có trường hợp ngoại lệ chứ. (ngoại lệ: 예외의)

Làm sai thì phải tự kiểm điểm đi chứ! (tự kiểm điểm: 자숙하다/반성하다)

Bài luyện | 연습문제

Sử dụng từ 'chứ' sao cho hợp lý để viết lại các câu sau đây bằng tiếng Việt.

1. 요즘 시대에는 사람들이 은행에 돈을 맡기지 이렇게 큰 돈을 집에다 보관하는 사람은 아무도 없어요. (시대: thời đại, 돈을 맡기다/예금하다: gửi tiền, 큰 돈/큰 금액: số tiền lớn)

2. 전 너무 억울합니다. 그날 점심에 저는 그 그림을 만져봤을 뿐이지 훔치지 않았습니다.
(나는 억울하다: oan cho tôi, ~를 만지다: sờ vào ~, 훔치다: lấy trộm)

3 최근에 조류 인플루엔자가 유행이라 회사에 도시락을 가지고 가서 점심을 먹어야 해요. 밖에서 먹는 게 너무 무서워요. (조류 인플루엔자가 유행이다: có dịch cúm gia cầm, 도시락: cơm hộp)

4 해외 주재원은 회사에서 주택 임대료와 자녀 학비를 지원받을 수 있죠?
(주재원: nhân viên thường trú, 주택 임대료: tiền thuê nhà, 자녀 학비: học phí cho con cái)

5 Vinamilk가 프로그램 후원자이므로 우리가 그들의 광고를 해줘야죠. (후원자: nhà tài trợ)

 Đáp án | 답안

1 Thời đại này người ta gửi tiền ở ngân hàng chứ không ai để số tiền lớn như vậy ở nhà cả.

2 Oan cho tôi quá. Buổi trưa hôm đó tôi chỉ sờ thử vào bức tranh đó thôi chứ không lấy trộm nó.

3 Gần đây có dịch cúm gia cầm nên tôi phải mang cơm hộp đến công ty để ăn trưa, chứ ăn ngoài sợ lắm.

4 Nhân viên thường trú ở nước ngoài được công ty hỗ trợ tiền thuê nhà và học phí cho con cái chứ?

5 Vinamilk là nhà tài trợ chương trình nên chúng tôi phải quảng cáo cho họ chứ.

76 방향성을 나타내는 이동동사. Khỏi의 용법

1 방향성을 나타내는 이동동사

출발지와 목적지 간의 상대적인 지리적 · 지형적인 위치에 따라 [từ A đến B] 대신 여러 가지 동사 구조가 사용된다.

a. 북부에서 남부로, 윗지방에서 아랫지방으로 이동

Ngoài A vào B, từ A vào B, ngoài A vô B

Ví dụ

Từ Hà Nội vào Nha Trang.
Ngoài Đà Nẵng vô thành phố Hồ Chí Minh.

b. 남부에서 북부로, 아랫지방에서 윗지방으로, 시골에서 도시로

Trong A ra B, từ A ra B

Trong Huế ra Hà Nội / Từ Huế ra Hà Nội
Trong quê ra thành phố

c. 지형이 높은 지역에서 낮은 지역으로, 혹은 비교적 개발된 지역에서 저개발된 지역으로, 도시에서 시골로

Trên A xuống B, Từ A xuống B

Trên Đà Lạt xuống Sài Gòn.
Từ cao nguyên xuống đồng bằng. (cao nguyên: 고원지대, đồng bằng: 평야)
Từ thành phố xuống nông thôn.

d. 지형이 낮은 지역에서 높은 지역으로, 혹은 비교적 저개발된 지역에서 개발된 지역으로
Dưới A lên B, từ A lên B, ở A lên B

Dưới đồng bằng lên miền núi. (miền núi: 산악지대)
Từ nông thôn lên thành phố

2 'Khỏi'의 용법

a. ['khỏi' + động từ], ['khỏi phải' + động từ], ['khỏi cần' + động từ]
'동사할 필요가 없다', '동사하지 않아도 되다'

이 단어는 동사 앞에 쓰일 경우 해당 행위에 대한 필요성을 부정하거나, 귀찮은 일 또는 좋지 않은 상황을 피함을 뜻한다.

Ví dụ

Chị cứ nói thẳng vào vấn đề đi, khỏi cần dài dòng mất thời gian.
(nói thẳng vào vấn đề: 본론을 말하다, dài dòng: 길게 말하다)

Mọi việc tôi đã sắp xếp xong hết rồi, anh khỏi phải lo nhé!
(sắp xếp: 배치하다/배정하다/정리하다)

Tốt nhất là tắt điện thoại để khỏi bị làm phiền.

Dán bảng thông báo trước cửa để người ta khỏi hỏi nhiều. (dán: 붙이다)

b. 'Khỏi' + các loại bệnh, 'Khỏi' + tính từ mang tính tiêu cực

이 단어는 각종 질병 표현이나 부정적 의미의 형용사 앞에 쓰이면 안 좋은 상태가 해소되는 것을 의미한다. 이 경우 'hết'의 의미와 같다.

Ví dụ

Khỏi hẳn (완전히 낫다), khỏi bệnh, khỏi ốm, khỏi đau đầu, khỏi mệt, khỏi chóng mặt v.v

Ăn tạm miếng bánh mỳ và uống một ngụm nước cho khỏi đói đi.
(miếng, ngụm: 기체나 액체를 입 안에 한 모금 머금는 분량을 세는 단위 – 입, 모금)

Bài luyện | 연습문제

Sử dụng các từ 'khỏi, khỏi cần, khỏi phải' để viết lại các câu sau đây bằng tiếng Việt.

1 돈 문제는 걱정할 필요 없어요. 실컷 먹어요! (실컷: thỏa thích)

2 우리 내일은 더 많이 걸어가야 하니 다들 발 아프지 않게 운동화를 신으세요!

3 의심을 받지 않도록 정말 자연스럽게 행동하도록 노력하세요.

4 A: 그 약을 먹으니 효과가 있어요?

B: 나름 조금 나아졌지만 완전히 낫지는 않았어요.

5 오늘은 동북계절풍이 있어요. 춥지 않게 옷을 더 입어요! (동북계절풍: gió mùa đông bắc)

Đáp án | 답안

1. Vấn đề tiền nong thì khỏi phải lo. Cứ ăn uống thỏa thích đi nhé!
2. Ngày mai chúng ta phải đi bộ nhiều nên mọi người nhớ đi giày thể thao cho khỏi đau chân nhé!
3. Cố gắng hành động thật tự nhiên để khỏi bị nghi ngờ.
4. A: Uống thuốc đấy có tác dụng không?
   B: Cũng thấy đỡ một tí nhưng chưa khỏi hẳn.
5. Hôm nay có gió mùa đông bắc đấy. Mặc thêm áo vào cho khỏi lạnh.

77 불가피성과 강제성을 나타내는 단어: nhất thiết, nhất thiết phải, nhất định, nhất quyết, bắt buộc, buộc phải.

1 nhất thiết, nhất thiết phải (phụ từ): 꼭 (부사)

이 단어는 긍정문에서 쓰일 경우, 다르게 하면 안되고 반드시 그렇게 해야 함을 의미한다. 그러나 대부분 긍정문보다 부정문과 의문문에서 사용되는 경우가 많고 어떤 행동이나 특성의 필요성에 대해 부정하는 의미를 나타낸다.

Ví dụ

Vợ chồng to tiếng có một tí thôi mà. Em có nhất thiết phải bỏ nhà đi như vậy không? / Em không nhất thiết phải bỏ nhà đi như vậy mà.
(to tiếng: 말다툼하다/언성을 높이다)

2 nhất định, nhất quyết (phụ từ): 반드시, 꼭 (부사)

달리 할 수 없음에 대한 확실성과 단호함을 표현한다. 이 단어는 주로 긍정문에서 사용되어 화자의 굳은 의지나 확실한 믿음을 나타낸다.

Ví dụ

Anh nhất định / nhất quyết không được bỏ qua cho nó. Không là nó coi thường mình đó.

Chúng ta nhất định sẽ đạt được mục tiêu đã đề ra.

> ○ 'nhất định'은 또한 형용사 '일정한', '특정의'의 뜻을 가진다.
>
> **Ví dụ** Để làm ra loại bia tươi đúng vị này thì các chuyên gia phải pha chế các thành phần theo một tỷ lệ nhất định.
> (bia tươi: 생맥주, đúng vị: 제맛의, pha chế: 약 따위를 조제하다/전문적으로 칵테일 음료수 따위를 만들다, thành phần: 성분, tỷ lệ: 비율)

3 bắt buộc (phải), buộc phải (phụ từ)
반드시, 의무적으로, 어쩔 수 없이 ~해야 하다 (부사)

규정이나 상황상 무엇을 반드시 받아들여야 하거나 불가피하게 해야 함을 나타낸다.
('buộc phải'는 'đành phải'와 비슷함)

Ví dụ

Để nâng cao trình độ nghiệp vụ, các cán bộ bắt buộc phải tham gia khóa tập huấn nghiệp vụ được tổ chức định kỳ hàng năm.
(nâng cao: 높이다/향상시키다, nghiệp vụ: 실무/전문적인 업무, khóa tập huấn: 연수, định kỳ: 정기적인/주기)

Các tiểu thương ở chợ bắt buộc phải đóng phí hàng tháng để được buôn bán ở đây.
(tiểu thương: 소상공인, đóng phí: 비용이나 수수료 따위를 납부하다, buôn bán: 장사하다/사고팔다)

○ Ngoài ra, từ 'bắt buộc' còn được dùng với vai trò tính từ.
'bắt buộc'은 또한 형용사 '필수의', '반드시 해야 하는'의 뜻을 가진다.

Ví dụ Để tốt nghiệp thì các sinh viên phải hoàn thành 60 học trình với 5 môn học bắt buộc và 10 môn học tự chọn.
(học trình: 학점, tự chọn: 자유선택의)

Ở Hàn Quốc, bảo hiểm y tế là bắt buộc, ai cũng phải đóng.

Bài luyện | 연습문제

Sử dụng các từ 'nhất thiết, nhất định, bắt buộc' sao cho phù hợp để viết lại các câu sau đây bằng tiếng Việt.

1 부모님을 부양하는 것은 자식이 반드시 해야 하는 의무다.
(부양하다: phụng dưỡng, 의무: nghĩa vụ)

2 규정이 그렇게 되어 있으니 우리는 의무적으로 준수해야죠, 뭐.

3 비록 우리는 성격은 정반대지만 특정의 공통점이 몇 가지 있긴 해요.
(정반대의: đối lập, 공통점: điểm chung)

4 상사님 안심하세요. 이번에는 제가 반드시 상사님의 기대를 저버리지 않을 겁니다.
(기대를 저버리다: phụ lòng mong đợi)

5 우리 아이는 겨우 8개월이야. 내 생각에는 꼭 애한테 비싼 명품을 입힐 필요는 없어.
(애한테 입히다: cho con mặc / mặc cho con)

 Đáp án | 답안

1 Phụng dưỡng cha mẹ là nghĩa vụ bắt buộc đối với con cái.
2 Quy định là như vậy rồi. Chúng ta bắt buộc phải tuân thủ thôi.
3 Tuy tính cách của chúng tôi đối lập nhau, nhưng cũng có một số điểm chung nhất định.
4 Sếp yên tâm. Lần này em nhất định sẽ không phụ lòng mong đợi của sếp đâu ạ.
5 Con chúng ta mới có 8 tháng tuổi. Anh nghĩ là không nhất thiết phải cho con mặc đồ hiệu đắt tiền.

78 miễn là (phải), có điều, được cái

1 [A miễn là (phải) B] (B는 충족돼야 하는 유일한 조건)

'miễn là (phải)'는 두 절을 연결하여 (A)를 받아들이지만 (B)에 언급된 조건이 수반돼야 함을 나타낸다. 하여, 'cũng được'이 사용된 문장에 이어 자주 쓰인다.

> **Ví dụ**

Con đi đâu cũng được, miễn là phải về nhà trước 10 giờ đêm.

Các cháu chơi ở đây cũng được, nhưng miễn là đừng làm ồn đấy nhé!
(làm ồn: 시끄럽게 하다)

Tôi làm gì thì kệ tôi. Miễn là không ảnh hưởng đến anh là được.
(사람 làm gì thì kệ 사람: 사람이 뭐하든 신경 쓰지 마)

2 [A, (chỉ) có điều (là) B]
'A, 그런데 B라는 유일한 아쉬운 점/유의사항이 있다'

'(chỉ) có điều (là)'는 대체로 긍정적인 뜻을 지니는 (A)와 이에 대해 유일한 아쉬운 점 (B)를 연결하는 어구다. 이 어구와 같은 의미로 'tiếc là / mỗi tội'도 사용된다.

> **Ví dụ**

Tiến độ sản xuất vẫn được tiến hành khá thuận lợi. Có điều thỉnh thoảng phát sinh lỗi sản phẩm. (lỗi sản phẩm: 제품 불량)

Trận bóng đá đêm qua hay quá. Mỗi tội thủ môn đội chủ nhà bắt bóng hơi chán. (thủ môn: 골키퍼, đội chủ nhà: 홈팀, bắt bóng: 공을 잡다)

Nó giỏi thì giỏi thật nhưng tiếc là hơi kiêu ngạo và kẹt sỉ.
(kiêu ngạo: 거만하다, kẹt sỉ/ keo kiệt/ ki bo: 인색하다)

3 [A, được (mỗi) cái B (thôi)]: 'A, 그나마 B라는 장점이 있다'

이 구조는 (2)번 구조와의 반대 의미로, 대체로 부족하거나 부정적인 뜻을 지니는 A와 이에 대해 유일한 장점인 B를 연결하는 어구다.

> **Ví dụ**
>
> Nhà này vừa xa trung tâm thành phố vừa cũ, được cái không khí trong lành thôi. (trong lành: 맑고 깨끗한)

○ 상기의 구조에서 A와 B의 순서를 바꿔 다음 형식으로 표현할 수 있다.

Được (mỗi) cái A thôi chứ B lắm.

(A: 유일한 장점, B: 단점)

이 구조는 유일한 장점 A에 비해 단점 B가 더 두드러짐을 나타낸다.

> **Ví dụ** Đèn pin này được mỗi cái nhẹ, tiện sử dụng thôi chứ nhanh hỏng lắm. (đèn pin: 손전등)
> (Đèn pin này nhanh hỏng lắm, được mỗi cái nhẹ và tiện sử dụng thôi.)

Bài luyện | 연습문제

Sử dụng các từ 'miễn là, có điều, tiếc là, được (mỗi) cái' để viết lại các câu sau đây bằng tiếng Việt.

1 우리 부모님도 카잉 오빠가 듬직하고 정직하며 직업이 안정적이라고 칭찬하셨어요. 아쉬운 점은 키가 작고 배가 불룩한 체형이라는 것이에요.

(정직하다: trung thực, 배가 불룩하다/불룩하게 나오는 배: bụng phệ)

2 제 생각에 마음의 표현으로 선물을 하거나 편지를 보내는 방법 모두 괜찮은 것 같아요. 단, 상대방이 나의 마음을 느낄 수 있게 해야만 해요.
(마음의 표현: bày tỏ tình cảm, 상대방: đối phương, ~를 느끼다: cảm nhận)

3 당신 스스로 자신을 돌아보세요. 집안이 좋은 것 빼고는 다른 장점이 없잖아요.
(스스로 자신을 돌아보다: tự nhìn lại mình, 집안이 좋다/넉넉하다: gia đình có điều kiện)

4 이 회사에서 일하는 것은 스트레스 받고 엄청 피곤해요. 월급이 많은 게 유일한 장점이에요.
(스트레스 받다: xì trét / áp lực / căng thẳng)

5 어제 저녁 TV 코미디 프로그램이 너무 웃겼어요. 아쉽게도 연기가 좀 어색한 배우가 몇 명 있었어요. (코미디 프로그램: chương trình hài, 웃기다: buồn cười / mắc cười, 연기가 어색하다: diễn gượng gạo / diễn không tự nhiên)

Đáp án | 답안

1. Bố mẹ tôi cũng khen anh Khánh chững chạc, trung thực, có nghề nghiệp ổn định. Tiếc là dáng lùn, bụng phệ.
2. Theo tôi thì bày tỏ tình cảm bằng cách tặng quà hay gửi thư đều được. Miễn là phải làm cho đối phương cảm nhận được tình cảm của mình.
3. Anh tự nhìn lại mình đi. Được mỗi cái gia đình có điều kiện thôi chứ có ưu điểm gì đâu.
4. Làm việc ở công ty này xì trét và mệt kinh khủng, được mỗi cái lương khá.
5. Chương trình hài trên TV tối qua buồn cười quá, có điều có vài diễn viên diễn hơi gượng gạo.

79 ra là, thì ra (là), hoá ra (là), thì ra (là) thế, hoá ra (là) thế, là sao? là thế nào?

1 'Ra là ~' / 'Thì ra (là) ~' / 'Hoá ra (là) ~' / 'Thì ra (là) thế' / 'Hoá ra (là) thế'

이 표현은 언급한 사실이 지금 막 알게 된 내용이며 화자의 기존 생각과 다르거나 예상하지 못한 경우에 사용된다.

> **Lưu ý**
>
> 'Ra là ~ / Thì ra (là) ~ , Hoá ra (là) ~': ~했구나, 알고 보니 ~구나. (문두에 사용)
>
> Ra là thế / Thì ra (là) thế, Hoá ra (là) thế: 그렇구나, 그런 거였구나. (상대방 말에 이어 독립문장으로 사용)

Ví dụ

Thì ra là anh ấy đã giấu tôi mua con búp bê này.
(giấu: 숨기다/ 감추다, giấu + 사람 +동사: 사람에게 몰래 동사하다, con búp bê: 인형)

Hóa ra Chùa Cầu là biểu tượng của Hội An à?
(Chùa Cầu: 호이안의 상징인 내원교, biểu tượng: 상징)

A: Ơ? Tôi vừa để cái ví ở đây mà. Đâu rồi nhỉ?

B: **Hóa ra** cái ví đó là của anh à? Vậy mà tôi cứ tưởng là ai làm rơi nên cất đi rồi. (làm rơi: 떨어뜨리다, cất: 잘 보관하는 목적으로 물건 따위를 두다)

A: **Thì ra là** vậy. Giờ thì trả lại cho tôi nào!

2 Là sao? Là thế nào?

이 표현은 상대방의 말에 담긴 의미, 상황에 대해 더 명확하게 파악하고자 할 때 사용된다. 한국어로 '그게 무슨 뜻이에요? 그게 무슨 말이에요? 어떻게 된 일이에요?'의 뜻이다.

Ví dụ

Anh nói tháng này kinh doanh lỗ là sao? / là thế nào?

Nghe nói em mới thôi việc. Thế là sao? / Thế là thế nào?

Chị nói tôi chấm điểm không công bằng là sao? / là thế nào?

(chấm điểm: 점수를 매기다/채점하다, công bằng: 공평하다/형평성 있는)

Bài luyện | 연습문제

Sử dụng các cụm từ 'ra là, thì ra là, hóa ra là' hoặc 'là sao, là thế nào' để viết lại các câu sau đây bằng tiếng Việt.

1 알고 보니 그가 여기 오는 길에 사고가 났더라고요. (여기 오는 길에: trên đường đến đây)

2 와! 두 사람이 예전부터 알던 사이였어요? 세상 참 좁구나.
(알던 사이다: quen nhau, 세상 참 좁다: thế giới nhỏ bé thật)

3 저는 인터넷에서 찾아봤어요. 알고 보니 그것은 베트남의 국보였더라고요.
(국보: báu vật quốc gia)

4 당신이 우리의 물건을 입하하는 것을 중단하겠다니 어떻게 된 일이에요?

(물건을 입하하다: nhập hàng, 중단하다: ngừng)

5 A: 제가 이번 주에 언니네 방문하겠다는 약속을 지키기가 힘들 것 같아요.

(약속을 지키다: giữ lời hứa)

B: 그게 무슨 말이야?

Đáp án | 답안

1 Thì ra trên đường đến đây anh ấy đã bị tai nạn.
2 Woa. Hóa ra hai người quen nhau từ trước rồi à? Thế giới nhỏ bé thật.
3 Tôi tìm trên mạng rồi. Thì ra cái đó là báu vật quốc gia của Việt Nam đấy.
4 Anh nói sẽ ngừng nhập hàng của chúng tôi là sao?
5 A: Chắc là em khó giữ lời hứa đến thăm chị tuần này.
   B: Thế là thế nào?

mãi 의 용법1, mãi mới

부사 'mãi'는 '오래도록', '오래도록 계속', 'mãi mãi'는 '영원히'의 뜻을 가지고 있다. 'mãi mới'는 어떤 행동이 너무 늦게 혹은 너무 오래 지속되는 것을 나타내며 주로 구어체에 많이 쓰인다.

1 [động từ + 'mãi mới' + 종결, 완료를 나타내는 단어(xong, hết, khỏi, được)]

이 경우, 종결/완료될 때까지 동사가 너무 오래 지속됨을 나타낸다.

Ví dụ

Nhiều việc kinh khủng. Chúng tôi phải làm mãi mới xong. (Làm rất lâu mới xong)

Bát phở to như cái chậu. Ăn mãi mới hết. (Ăn rất lâu mới hết) (chậu: 세수대, 대야)

Hàng hiếm đấy. Tìm mãi mới mua được. (Tìm rất lâu mới mua được) (hiếm: 희귀한)

Không hiểu sao chỉ bị cảm cúm nhẹ mà mãi mới khỏi.
(Bị cảm cúm rất lâu mới khỏi) (cảm cúm: 독감)

2 [động từ 1 + 'mãi mới' + động từ 2]

이 경우, 동사2가 시작하기 전까지 동사1이 너무 오래 지속됨을 나타낸다.

Ví dụ

Nghe mãi mới hiểu người nước ngoài đó nói gì.
(Nghe rất lâu mới có thể hiểu người nước ngoài đó nói gì.)

Chơi mãi mới biết nó là người thế nào.
(Chơi rất lâu mới biết nó là người thế nào.)

Thi mãi mới đỗ. (Thi rất nhiều lần mới đỗ.)

> **Tham khảo thêm.**
>
> [động từ + 'mãi']는 동사가 아주 오랫동안 지속됨을 나타낸다.
>
> Con đi đâu về đấy? Làm mẹ tìm mãi. (Mẹ tìm rất lâu)
>
> Biết rồi. Làm gì mà nói mãi thế? (Làm gì mà nói nhiều và lâu thế?)

3 [Chủ ngữ + 'mãi mới' + động từ]
['Mãi' + chủ ngữ + 'mới' + động từ]

이 경우, 주어가 너무 늦게 동사했거나 동사하기까지 많은 시간이 걸렸다는 것을 나타낸다.

Ví dụ

Anh chị ấy mãi mới sinh con. (Anh chị ấy sinh con rất muộn)

Cảnh sát mãi mới bắt được tên tội phạm ấy.
(Cảnh sát mất nhiều thời gian mới bắt được tên tội phạm ấy)
(tên tội phạm: 범인/범죄인)

Mãi vợ chồng tôi mới chọn được ngôi nhà ưng ý.
(Vợ chồng tôi mất nhiều thời gian mới chọn được ngôi nhà ưng ý)
(ưng ý/ vừa ý: 마음에 드는)

Bài luyện | 연습문제

Sử dụng các cấu trúc có cụm từ 'mãi mới' để viết lại các câu sau đây bằng tiếng Việt.

1 그 고기구이 식당의 이름을 기억해내기까지 시간이 많이 걸렸어요. (고기구이: thịt nướng)

2 병원은 왜 항상 환자가 많은 건가요? 엄청 오래 기다린 뒤에 차례가 됐어요. (차례가 되다: đến lượt)

3 다리가 살짝 긁힌 것인데 왜 한참을 치료해야 낫는지 모르겠어요. (살짝 긁히다: bị trầy xước nhẹ)

4 집주인 아저씨가 집세 밀리는 걸 거의 허락하지 않거든요. 제가 아주 오래 빌어야 했어요.
(집세 밀리다: nợ tiền nhà, 빌다/ 청하다: xin)

5 계약직에서 정직원으로 전환되기까지 아주 오랫동안 노력했어요.
(계약직: nhân viên hợp đồng, 정직원: nhân viên chính thức)

Đáp án | 답안

1. Mãi mới nhớ ra tên của nhà hàng thịt nướng ấy.
2. Sao bệnh viện lúc nào cũng đông bệnh nhân thế nhỉ? Đợi mãi mới đến lượt.
3. Không hiểu sao chỉ bị trầy xước nhẹ ở chân mà điều trị mãi mới khỏi.
4. Ông chủ nhà ít khi cho nợ tiền nhà lắm. Tôi phải xin mãi.
5. Cố gắng mãi mới được chuyển từ nhân viên hợp đồng sang nhân viên chính thức.

81 Mãi 의 용법2

1 [Động từ 1 + 'mãi không' + động từ 2]
[Động từ 1 + 'mãi' + 'mà/vẫn' + 'không' + động từ 2]
[Động từ 1 + 'mãi' + 'mà' + chủ ngữ + 'không' + động từ 2]

이 구조는 동사1이 오래 지속됐는데도 동사2가 이루어지지 않음을 표현할 때 쓰인다. (동사2가 동사1의 목적일 경우가 대부분임)

> **Ví dụ**
>
> Sao lề mề vậy? Có tí việc mà làm mãi không xong.
> (Có tí việc mà làm lâu quá không xong.) (lề mề: 꾸물대다, tí = một tí = một chút)
>
> Bộ phim đó xem mãi vẫn không chán.
> (Bộ phim đó xem rất nhiều lần vẫn không chán.)
>
> Gọi mãi mà nó không dậy. (Gọi rất lâu mà nó không dậy.)

2 [Chủ ngữ 1 + (phải) + động từ 1 + 'mãi' + chủ ngữ 2 + 'mới' + động từ 2] (chủ ngữ 1 생략 가능)

이 경우, 주어2가 동사2 할 때까지 주어1이 동사1을 아주 오랫동안 해야만 했다는 것을 나타낸다.

> **Ví dụ**
>
> Cả ê kíp chương trình phải đợi mãi cô diễn viên điện ảnh ấy mới đến.
> (Cả ê kíp chương trình phải đợi rất lâu cô diễn viên điện ảnh ấy mới đến.)
> (ê kíp: 제작진, điện ảnh: 영화)
>
> Cô giáo phải giải thích mãi học sinh mới hiểu.
> (Cô giáo phải giải thích rất lâu thì học sinh mới hiểu.)
>
> Chúng tôi phải thuyết phục mãi thầy giáo mới đồng ý lùi thời gian thi.
> (Chúng tôi phải thuyết phục rất lâu thì thầy giáo mới đồng ý lùi thời gian thi.)
> (lùi: 미루다/물러서다/후퇴하다)

3 [mãi (đến) + 시간표현]

시간표현 앞에 'mãi' 또는 'mãi đến'이 같이 쓰이면 '그 시간이 되기까지는 매우 오래 걸리다'라는 뜻을 나타낸다.

> **Ví dụ**

Mãi hai tháng sau họ mới thông báo kết quả có đậu hay không.
(Hai tháng sau họ thông báo kết quả và từ nay đến lúc đó là khoảng thời gian rất lâu.)

Mãi đến bây giờ tôi mới hiểu được lòng mẹ.
(Bây giờ tôi mới hiểu được lòng mẹ và như vậy là đã mất rất nhiều thời gian.)

Bài luyện | 연습문제

Sử dụng các cấu trúc 'mãi không', 'mãi ~ mới ~' và 'mãi + 시간표현' để viết lại các câu sau đây bằng tiếng Việt.

1 우리 아이의 유치원에서는 빠른 시일 내에 통원버스를 배치하겠다고 약속했으나 시간이 오래 지났는데도 실행하지 않아요. (유치원: trường mẫu giáo/ trường mầm non, 빠른 시일 내에/신속히: nhanh chóng, 배치하다: bố trí/ sắp xếp, 실행하다/ 실현하다: thực hiện)

_____

2 제가 여러 번 주의를 주었고 시간이 오래 지났는데도 그는 여전히 고치지 않아요.
(주의를 주다: nhắc nhở)

_____

 바로 써먹는 베트남어 3편

3 온 가족이 아주 오랫동안 격려한 뒤에야 제 여동생은 비로소 노래대회에 나갔어요.
(격려하다/용기를 북돋우다: động viên, 노래대회에 나가다: đi thi hát)

4 형이 엄청 오래 꼬셔서 그녀가 비로소 넘어온 거야. (꼬시다: tán/ cưa, 넘어오다: đổ/ siêu lòng)

5 올해는 추위가 오래 가기 때문에 4월말이 돼야 비로소 벚꽃이 필 거예요.
(추위가 오래 가다: lạnh lâu, 벚꽃: hoa anh đào)

 Đáp án | 답안

1 Trường mẫu giáo của con tôi hứa là sẽ nhanh chóng bố trí xe đưa đón mà mãi không thực hiện.
2 Tôi đã nhắc nhở nhiều lần nhưng mãi mà anh ấy vẫn không sửa.
3 Cả gia đình phải động viên mãi em gái tôi mới chịu đi thi hát.
4 Anh phải tán mãi cô ấy mới đổ đấy.
5 Năm nay lạnh lâu nên mãi đến cuối tháng tư hoa anh đào mới nở.

82. Trôi qua, trải qua, vượt qua

1 Trôi qua: 흐르다, (시간이) 가다

[시간 표현 + trôi qua]

Ví dụ

Thời gian trôi qua nhanh quá.

Nhiều năm trôi qua nhưng tôi vẫn không quên được việc đó.

Càng nhiều tuổi thì thời gian trôi qua càng nhanh thì phải.

Tuổi trẻ chỉ có một lần. Bạn đừng để thanh xuân trôi qua một cách vô nghĩa nhé! (tuổi trẻ: 젊음, thanh xuân: 청춘, một cách vô nghĩa: 무의미하게)

2 Trải qua: 경과하다, 겪다, 보내다

[trải qua + 시간 표현 / 힘든 경험]

Ví dụ

Trải qua 10 năm kiếm sống trên thành phố, anh ấy trở nên chín chắn và điềm đạm. (điềm đạm: 차분하다)

Bạn tôi còn trẻ nhưng đã trải qua nhiều kinh nghiệm đau đớn của cuộc đời. (đau đớn: 아프고 괴로워한)

Bác Nam vừa trải qua một cuộc phẫu thuật lớn, đến nay vẫn chưa hồi phục hẳn.

Tôi đã trải qua thời thơ ấu nghèo khó nhưng đầy niềm vui ở quê ngoại. (nghèo khó / bần cùng: 빈곤한, thời thơ ấu: 어린 시절)

Thế giới đã trải qua 1 năm kinh tế tồi tệ do hậu quả của chiến tranh thương mại Mỹ-Trung Quốc. (một năm kinh tế tồi tệ: 경제가 어려운 한 해)

3 Vượt qua: 이겨내다, 극복하다

[vượt qua + khó khăn / thử thách / trở ngại]

(thử thách: 시련, trở ngại: 장애, 지장, 어려움)

> **Ví dụ**

Điều khó khăn nhất là vượt qua chính mình. (chính mình: 자기 자신)

Nhờ có gia đình mà tôi có thể vượt qua bao nhiêu khó khăn, trở ngại.

Nếu không vượt qua được thử thách này thì em không thể vào vòng trong được. (vòng trong: 본선)

Cuốn sách này sẽ dạy bạn cách để vượt qua nỗi tuyệt vọng và sự thất bại trong cuộc sống.

Nhắc, dặn, căn dặn, nhắc nhở, nhắc lại

1 Nhắc: 상기시키다

다른 사람이 어떤 일을 하는 것을 잊지 않도록 상기시키다.

Trước khi kết thúc buổi học, cô giáo luôn nhắc học sinh ôn tập và làm bài tập.

A: Nghe đài nói chiều mai trời mưa. Con nhớ mang theo ô khi đi làm nhá!
B: Vậy sáng mai mẹ nhớ nhắc con nhé! Con sợ mình không nhớ.

2 Dặn / căn dặn / dặn dò: (개인적으로 걱정하는 마음으로) 당부하다

걱정하는 마음으로 다른 사람이 해야 할 일을 잊지 않게 하기 위해 말하다.

Trước khi lên thành phố học đại học, bố dặn dò tôi là phải thường xuyên gọi điện về nhà.

Bác sĩ dặn bệnh nhân uống thuốc đều đặn.

Mẹ lúc nào cũng căn dặn từng li từng tí một.
(từng li từng tí một: 하나하나 자세히, 하나부터 열까지, 세세하게)

3 Nhắc nhở: 주의를 주다

비교적 가벼운 잘못을 범한 사람에게 다시 같은 잘못을 하지 않도록 경고나 훈계를 위해 말하다.

Học sinh quay cóp bài thi liền bị giám thị nhắc nhở.
(quay cóp: 커닝하다, bài thi: 시험문제, liền = lập tức, giám thị: 시험 감독관)

Anh Hùng đã vi phạm 2 lỗi là đi xe máy chở 3 và không đội mũ bảo hiểm. Cảnh sát đã phạt hành chính 5 trăm nghìn đối với anh ấy, đồng thời nhắc nhở từ sau không được tái phạm. (lỗi: 과실/실수/잘못, mũ bảo hiểm: 헬멧, phạt hành chính: 벌금을 물리다, đồng thời: 동시에/그러면서, tái phạm: 재범하다)

4 Nhắc lại: 되풀이하다, (주로 학습하는 목적으로) 다른 사람의 말을 다시 하다

Hôm nay tự dưng vợ tôi nhắc lại những kỷ niệm hồi chúng tôi mới yêu nhau.

Chuyện đấy lâu rồi mà. Anh nhắc lại làm gì?

Tôi xin nhắc lại luật chơi để mọi người rõ hơn. (luật chơi: 게임의 룰)

Em Hoài. Em hãy nhắc lại lời cô vừa nói nào!

84. nhờ, khuyên, bắt, bảo, sai, yêu cầu, đề nghị, ép, ép buộc

요구를 나타내는 동사들로 화자가 청자로 하여금 자신의 뜻에 따라 무엇인가를 하도록 원할 때 사용된다.

1 Nhờ: (부탁하다) 다른 사람이 자신을 도와 무엇을 하기 원하다.

[Nhờ + 사람 + 동사 + hộ/ giúp/ giùm]

Hôm nay một đồng nghiệp cùng phòng của tôi nghỉ phép nên nhờ tôi giải quyết giúp công việc. (nghỉ phép: 연차를 쓰다)

2 Khuyên: (충고하다, 조언을 하다, 권유하다) 다른 사람이 자신의 주관적인 의견에 따라 좋은 뜻으로 무엇을 하기 바라다. 주로 'nên'과 함께 사용된다.

Bác sĩ tâm lý khuyên khách hàng nên bắt đầu một thú vui nào đó để giúp cân bằng cuộc sống. (thú vui: 낙/즐거움, cân bằng: 균형잡다/균형)

3 Bảo: (말하다, 시키다) 부드러운 태도로 다른 사람이 무엇을 하기 바라다.

Anh nhớ bảo chị giúp việc khóa vòi nước và rút ổ cắm điện nhé!
(vòi nước: 수도꼭지, rút: 뽑아내다/ 빼내다, ổ cắm điện: 콘센트)

Người quản lý bảo chúng tôi giữ trật tự. (giữ trật tự: 조용히 하다/질서를 지키다)

4 Sai: (시키다) 'bảo'와 비슷하지만 가족 관계 부모–자식, 할아버지 할머니–손자 사이에서 주로 사용되며 친밀한 어감을 띤다.

Bố tôi là người gia trưởng, lúc nào cũng sai mẹ con tôi làm việc này việc nọ.
(gia trưởng: 가부장적, việc này việc nọ: 이런일 저런일)

Anh trai sai tôi dắt chó đi dạo. (dắt: 손이나 목줄을 잡고 이끌다)

5 **Yêu cầu, đề nghị**: (요구, 제안, 요구하다, 제안하다) 공손하게 다른 사람이 무엇을 하기를 원하지만 친밀하지 않은 업무 환경에서 사용한다.

Chủ nhà hàng yêu cầu tất cả thực khách không để thừa đồ ăn.
(thực khách: 식당 손님)

Đề nghị mọi người ngồi vào chỗ để chúng ta bắt đầu cuộc họp.
(ngồi vào chỗ: 자리에 앉다)

6 **Bắt, ép, bắt ép, ép buộc** (강요하다, 강제로 ~시키다, 억지로 ~시키다)
강압적인 태도로 상대방이 원치 않는 일을 시키며 주로 'phải'와 함께 [bắt + 사람 + phải + 동사]의 구조로 사용된다.

Hồi nhỏ, tôi thường bị bố mẹ bắt chia sẻ đồ chơi với em gái. (chia sẻ: 공유하다/나누다)

Tôi đã nói bao nhiêu lần là không thích làm việc đó rồi. Anh đừng bắt ép tôi.

Từ khi bước sang tuổi 30, bố mẹ bắt đầu ép tôi đi xem mặt mặc dù tôi không muốn. (xem mặt / coi mắt: 선보다)

giục, nài nỉ, đòi, đòi hỏi

이 단어들은 말하는 행동을 나타내지만 서로 다른 뜻과 색채를 띤다.

1　Giục, thúc giục: 재촉하다

다른 사람이 어떤 일을 더 빨리 혹은 늦추지 않고 즉시 할 것을 재촉하는 행위를 가리킨다.

Tôi rất sợ những ngày lễ như tết nguyên đán. Họ hàng cô dì chú bác cứ nhìn thấy mặt tôi là giục lấy vợ.

Tàu sắp khởi hành. Mẹ giục tôi lên tàu nhanh.

Một lần nữa các tổ chức xã hội thúc giục chính phủ hãy tăng trợ cấp thất nghiệp.

2　Nài, nài nỉ: 애원하다, 사정사정하다

소원이나 요구 따위를 들어 달라고 애처롭게 사정하거나 애원하다.

Trưởng phòng phía công ty đối tác cứ nài nỉ sếp tôi ký hợp đồng cung cấp linh kiện.

Đáng lẽ tôi không tham gia khóa học này đâu, nhưng bạn thân cứ nài nỉ nên tôi đành đăng ký học cùng.

Tôi rất ghét bị nài nỉ mua hàng khi đi du lịch.

3　Đòi: 조르다, 요구하다

다른 사람에게 끈덕지게 무엇을 자꾸 요구하다. 이 동사는 고집성을 지니는 계속함을 나타내는 'cứ' 뒤에 자주 사용된다.

Con trai tôi trên thành phố cứ đòi bố mẹ cho tiền để mua nhà. Tôi mệt mỏi quá.

Bạn gái lúc nào cũng đòi tôi mua quà.

Truyền thông Hàn Quốc tiết lộ, Washington đã đòi nước này phải bỏ ra một số tiền rất lớn để duy trì quân bảo vệ.
(truyền thông: 미디어/ 매체, tiết lộ: 폭로하다/ 누설하다, bỏ ra: 돈이나 공 따위를 들이다)

4 Đòi hỏi: 요구하다

[đòi hỏi + 사람 + phải + 동사]

부당하거나 강하게 요구하다. 또는 필요한 조건이 요구되다.

Anh ta đã không đi làm lại còn đòi hỏi vợ phải phục tùng mình.
(phục tùng: 복종하다)

Dư luận đòi hỏi cơ quan chức năng phải giải quyết sự việc một cách thích đáng.
(dư luận: 여론, 당국, cơ quan chức năng: 당국 một cách thích đáng: 타당성 있게)

Công việc của một thư ký đòi hỏi phải chu đáo và khéo léo.
(khéo léo: 말솜씨가 좋은/대인관계에 있어 현명하고 센스있게)

86 의심을 나타내는 단어: nghi, ngờ, nghi ngờ

1 ['nghi / nghi ngờ' + mệnh đề]: '~한다고 의심하다', '~했다고 의심하다'

이 표현 방식은 화자가 무엇에 대한 확신은 없지만 좋지 않은 방향으로 짐작할 때 사용된다.

Ví dụ

A: Sao anh lại nghi (ngờ) em lấy trộm tiền của anh?
B: Vì rõ ràng hành động của em rất đáng nghi. (đáng nghi: 수상하다)

Anh Trường cảm thấy đau bụng mỗi khi ăn no. Anh ấy nghi mình bị đau dạ dày.

Chị Hoài không cho ai vào phòng của mình cả. Điều đó khiến mọi người nghi ngờ chị ấy đang giấu cái gì đó. (giấu: 숨기다/감추다)

2 [không ngờ + (lại) + động từ]: ~할 거라 예상치 못했다
[không ngờ + 사람 + (lại) ~]: 사람이 ~할 거라 예상치 못했다

이 표현 방식은 화자가 예상치 못한 일이 일어난 것에 대해서 놀라움을 표현할 때 사용된다.

Ví dụ

Bạn Huyền vốn học kém nhưng lại được điểm 8 môn hóa học. Thật sự tôi không ngờ bạn ấy (lại) được điểm cao thế.

Không ngờ lại gặp người yêu cũ đúng lúc đang đi chơi với bạn gái mới. Khó xử kinh khủng. (đúng lúc đang ~: 마침 ~하는 중이었다, khó xử: 난처하다/ 곤란하다)

○ Tham khảo thêm.

Ôi, bất ngờ quá / ngạc nhiên quá: 와, 놀라워라.

Ai mà ngờ được: 누가 예상할 수 있겠어요. (아무도 예상하지 못한다는 뜻)

Thật khó có thể tin được là ~: ~라고 믿겨지지 않다.

Thật khó có thể tin được là đội Việt Nam đã vô địch Seagame.

Tưởng chừng không ~ nổi: (이미 해낸 상황에서 힘들었던 과정을 떠올리며) ~못할 줄 알았어요.

Bệnh của chị Mai thuộc dạng nan y, tưởng chừng không cứu nổi.

(thuộc dạng ~: ~에 속하다/~하는 편이다, nan y: 불치의/난치의)

87. A nào B nấy. A gì B nấy. A ai B người đấy. A bao nhiêu B bấy nhiêu.

이 구절들은 두 A, B 간에 서로 같거나 상응함을 나타낸다. 다시 말해, A와 B가 같은 사람, 사물, 특징, 장소, 수량 등을 취급할 경우 사용된다.

A 와 B의 품사는 다음과 같다.

1 A와 B가 명사일 경우

[명사1 + nào + 명사2 + ấy / nấy]

[명사1 + thế nào (thì) + 명사2 + thế ấy / vẫn thế]

> **Ví dụ**

Cha nào con nấy. (그 아버지에 그 아들 – 아버지와 아들이 같은 특징을 가지고 있다는 뜻)

Tiền nào của nấy.
(값에 따라 품질이 다르다 – 값과 물건의 품질이 서로 상응하다, 값이 비싸면 품질도 좋고 값이 싸면 품질도 낮다는 뜻)

Sản phẩm của công ty chúng tôi trước đây thế nào thì bây giờ vẫn thế, không thay đổi gì cả. (예전 제품이나 지금 제품이나 똑같다)

2 A와 B가 절일 경우

[동사1/절1 + gì (thì) 동사2/절2 + nấy]

[절1 + ai (thì) 절2 + người nấy], [동사1 + ai (thì) người nấy + 동사2]

[절1 + đâu (thì) 절2 + đấy]

[절1 + bao nhiêu (thì) 절2 + bấy nhiêu]

[절1 + thế nào (thì) 절2 + thế ấy]

> **Ví dụ**

Anh nói gì tôi nghe nấy.
(당신이 그 무엇을 말하든 내가 들어주겠다. 즉, 나는 당신이 말하는 대로 하겠다는 뜻)

Cho gì lấy nấy. (주는 대로 받는다)

Có gì ăn nấy. (있는 대로 먹는다)

Anh giới thiệu ai thì tôi chọn người nấy.
(당신이 누구를 추천하든 나는 그 사람을 선택한다. 즉, 나는 당신이 추천하는 사람을 선택하겠다는 뜻)

Cơ hội đến tay ai thì người nấy hưởng. (기회를 얻은 당사자가 그 기회를 누린다는 뜻)

Anh đi đâu thì tôi đi đấy. (당신 가는 곳에 나도 간다. 즉, 나는 당신이 가는 곳을 따라가겠다는 뜻)

Anh cần bao nhiêu tôi cung cấp bấy nhiêu. (나는 당신이 필요한 만큼 공급해 주겠는 뜻)

Sếp chỉ đạo thế nào thì nhân viên thực hiện thế ấy, không sai một li nào.
(직원은 상사가 지도하는 대로 진행한다) (không sai một li nào: 한 치의 오차도 없다)

88 Hết A đến B.
Nào là A này, B này, C này

1 [Hết A đến B]: '연속적으로 A에 이어서 B를' (A, B가 명사, 동사)

이 구조는 한 사람이 멈추지 않고 연속적으로 여러가지 행위 (행위A 뒤에 바로 행위B)를 함을 강조한다. 또는 서로 다른 사물이나 상태가 차례대로 많은 수량임을 강조한다.

Ví dụ

Tôi bận tối mắt tối mũi cả ngày vì phải làm hết việc này đến việc khác.

Làm phụ nữ thật khổ. Hết nấu ăn đến làm việc nhà.

Anh ấy yêu hết cô này đến cô khác.

Sao tháng nào cũng phải nộp nhiều loại tiền thế không biết. Hết tiền điện nước đến tiền học phí của con.

2 [Hết A rồi (lại) đến B + động từ]

'A뒤에 바로 B가 동사하다', ' A에 이어 B가 연달아 동사하다' (A, B가 명사)

이 구조는 A뒤에 바로 B, 이 사람이나 사물 뒤에 바로 다른 사람이나 사물이 연달아 동일한 행동(일반적으로 부정적인 행동)을 하는 것을 나타낸다.

Ví dụ

Hết bố rồi đến con bị cảm cúm. Hình như dạo này đang có dịch thì phải.
(dịch: 글이나 말 따위를 해석하다/통번역하다, 유행병/전염병)

Hết bạn học rồi lại đến đồng nghiệp lần lượt mời cưới.
(lần lượt: 차례대로, mời cưới / mời đám cưới: 결혼식에 초대하다)

3 [Nào là A này, B này, C này ...]

이 표현방식은 사물, 행동의 많은 수량을 강조하면서 열거할 때 사용된다. 'nào là'가 생략 가능하다.
(A, B, C가 명사, 동사)

> **Ví dụ**

Trên đời này không ai bận bằng mẹ tôi. Chỉ riêng trong buổi sáng mà mẹ phải làm bao nhiêu việc, nào là chuẩn bị bữa sáng này, gọi hai em tôi dậy này, cho chúng nó ăn sáng này, đưa chúng nó đi học này...

(chỉ riêng ~: ~만 해도, gọi người dậy: 사람을 깨우다)

Nấu phở cần khá nhiều công đoạn. Nào là chuẩn bị nguyên liệu này, nấu nước dùng này, nêm nếm gia vị này, thái phở này...

(công đoạn: 공정/단계, nước dùng: 육수, nêm nếm: 간을 하다, gia vị: 재료, thái: 썰다)

Bài luyện | 연습문제

Sử dụng các cấu trúc [hết A đến B], [hết A rồi lại đến B + V], [nào là A này, B này, C này] để viết lại các câu sau đây bằng tiếng Việt.

1 그 애의 태도는 정말로 내 인내력의 한계를 벗어났어요. 다들 함께 이야기하고 있었는데 그 애는 계속 나에게 시비를 걸다가 비꼬았어요.

(인내력의 한계를 벗어나다: quá sức chịu đựng, 시비 걸다: kiếm chuyện, 비꼬다: xỏ xiên)

2 최근에 베트남 중부지방이 자연재해를 얼마나 많이 당해야 했는지 몰라요. 이 태풍이 끝나면 바로 저 태풍이 연달아 (불어닥쳤어요). (자연재해를 당하다: chịu thiên tai, 태풍: trận bão)

3 처가 쪽 친척에 이어 친가 쪽 친척이 연달아 돈을 빌리러 왔어요. 내가 빌려 줄 돈이 어디 있어요?

(처가 쪽 친척: họ hàng bên ngoại, 친가 쪽 친척: họ hàng bên nội, 돈이 어디 있어: lấy tiền đâu ra / lấy đâu ra tiền)

4 가족에 이어 친구가 체례로 나를 떠난다. (사람을 떠나다: rời xa)

5 유럽여행을 갔다 온 친구 한 명이 저에게 가방, 옷, 기념품 등 얼마나 많은 선물을 사줬는지 몰라요.

Đáp án | 답안

1. Thái độ của nó thật quá sức chịu đựng của tôi. Mọi người đang nói chuyện với nhau mà nó hết kiếm chuyện đến xỏ xiên tôi.
2. Dạo gần đây, miền Trung Việt Nam phải chịu bao nhiêu là thiên tai, hết trận bão này đến trận bão khác.
3. Hết họ hàng bên ngoại đến họ hàng bên nội đến vay tiền. Tôi lấy tiền đâu ra mà cho vay?
4. Hết người thân đến bạn bè lần lượt rời xa tôi.
5. Một người bạn mới du lịch châu Âu về mua cho tôi bao nhiêu là quà, nào là túi xách này, quần áo này, đồ lưu niệm này.

89 A kẻo (lại) B.
A không thì (lại) B

이 구조들은 안 좋은 전망 (B)를 피하기 위해 A를 해야 한다는 것을 뜻한다.
두 구조는 서로 비슷한 의미이지만 활용 상황이 다르다.

1 [A kẻo (lại) B]
'A해라, 안 그러면 B할라' / 'A해라, 혹시나 안 좋은 B상황이 일어날 수 있으니'

이 구조는 명령, 요청문에 사용된다.

Ví dụ

Mặc áo vào đi kẻo lại cảm lạnh! Trời này chỉ cần chủ quan một tí là cảm lạnh như chơi. (cảm lạnh: 오한, chủ quan: 주관적인/ 방심하다, V + như chơi: ~하기 십상이다)

Lái xe cẩn thận kẻo đâm vào xe khác đấy! (đâm vào ~: ~에 부딪치다)

2 [A không thì (lại) B]: 'A해야 한다. 안 그러면 B하게 될 것이다'

이 구조는 서술문과 대화문에 쓰인다.

Ví dụ

Tôi phải đi ngay bây giờ không thì muộn mất.

Khi đó, tôi đành phải nói dối bố mẹ không thì bố mẹ lại lo.

3 [có ngày ~ đấy]: '나중에 ~할 날이 올 것이다'

이 구조는 [A kẻo B]와 같은 뜻을 나타내지만 상대방에게 앞으로 일어날 수 있는 여파에 대해 강력하게 경고할 때 구어체에서 주로 사용된다.

Ví dụ

Đừng có chọc giận tôi, có ngày hối không kịp đấy.
(chọc giận/ chọc tức: 화나게 하다/ 약 올리다, hối không kịp: 후회해도 늦었다/ 후회해도 소용없다)
(= Đừng chọc giận tôi, kẻo hối không kịp đấy)

> ● **Tham khảo thêm**
>
> Đề phòng trường hợp ~: ~할 상황을 예방하다
>
> 이 어구는 안전수칙에 대해 말할 때 주로 사용된다.
>
> **Ví dụ** Tất cả các phòng học phải được trang bị ít nhất 1 bình chữa cháy, để phòng trường hợp xảy ra hỏa hoạn.
> (bình chữa cháy: 소화기, hỏa hoạn: 화재)

Bài luyện | 연습문제

Sử dụng các cấu trúc [A kẻo (lại) B], [A có ngày B đấy], [A không thì (lại) B] để viết lại các câu sau đây bằng tiếng Việt.

1 저번에 그들이 문자를 보내서 통보했지만, 그래도 네가 확실하게 다시 확인해라. 혹시나 그쪽에서 무슨 변경 사항이 있을 수 있으니.

2 당신처럼 욕심을 부렸다가 후회할 날이 올라. (욕심을 부리다: tham/ tham lam)

3 이 음식은 뜨거울 때 바로 먹어야 해요. 안 그러면 그 본연의 맛을 다 느낄 수 없을 거예요.
(뜨거울 때: khi còn nóng, 본연의 맛: hương vị vốn có)

4 우리는 지금부터 슬슬 저축해야 해요. 혹시나 나중에 늙어서 돈을 못 벌 수도 있으니.
(슬슬 ~하다: ~ dần, 저축하다/ 비축하다: để dành/ dành dụm)

5 경사진 곳에 주차할 때는 타이어에 벽돌 하나를 끼워 넣어야 해요. 안 그러면 차가 경사 아래로 밀릴 수 있으니.
(경사진 곳: dốc, 벽돌: viên gạch, 끼워 넣다/틀어막다: chèn, 아래로 밀리다: bị trôi xuống)

Đáp án | 답안

1. Lần trước họ đã gửi tin nhắn thông báo rồi, nhưng em cứ hỏi lại cho chắc đi kẻo họ lại có thay đổi gì.
2. Tham như anh có ngày hối hận đấy.
3. Món này phải thưởng thức ngay khi còn nóng, không thì không thể cảm nhận được hết hương vị vốn có của nó.
4. Chúng ta phải dành dụm dần từ bây giờ kẻo sau này về già không kiếm được tiền.
5. Khi đỗ xe trên dốc thì phải chèn 1 viên gạch vào bánh xe, không thì xe sẽ bị trôi xuống dốc.

90. Không khéo + (chủ ngữ lại) ~ cũng nên.
Biết đâu + (chủ ngữ) + lại ~ (thì sao).

1 a. [Không khéo + (chủ ngữ lại) ~ cũng nên]
   b. [Chưa biết chừng / không biết chừng / không chừng
       + (chủ ngữ) ~ cũng nên].
   또는 [Chưa biết chừng / không biết chừng / không
   chừng + (chủ ngữ) ~ đó nha]

'어쩌면 (주어가) ~할지도 몰라요'

이 구조들은 모두 확실하지 않은 추측을 나타내지만 (a)번은 주로 좋지 않은 예감이나 추측, (b)번은 (좋든 안 좋든 상관없이) 확실하지 않은 모든 예감과 추측 을 표현할 때 사용된다.

Ví dụ

Không khéo chúng ta phải lùi ngày khai trương cũng nên. /
Không chừng chúng ta phải lùi ngày khai trương cũng nên.

Bọn mày mau nhận chữ ký của tao đi. Chưa biết chừng sau này tao thành người nổi tiếng đó nha. (bọn mày: 너희, mau = nhanh, chữ ký: 사인, thành = trở thành)

A: Sao tìm mãi không thấy nhỉ?
B: Không khéo ai lấy đi rồi cũng nên. / Chưa biết chừng ai lấy rồi cũng nên.

2 [Biết đâu + (chủ ngữ) + lại ~ (thì sao)]
'어쩌면 (주어가) ~할지도 몰라요'

이 구조는 (1)a번과 반대로 좋은 예감이나 추측을 표현할 때 사용된다. 하여 망설이고 있는 상대방에게 무슨 일을 하도록 격려하는 구조 [cứ ~ đi] 또는 [cứ thử ~ xem]에 이어 쓰이는 경우가 대부분이다.

> **Ví dụ**

Chị cứ thử nhờ chú ấy xem. Biết đâu chú ấy lại giúp được (thì sao).
(= Không chừng chú ấy lại giúp được cũng nên.)

Tạm thời đừng bán mảnh đất đó, cứ để đấy đi. Biết đâu mấy năm nữa lại lên giá thì sao. (mảnh đất/ miếng đất: 땅 필지, để đấy: 거기에 두다)

Bài luyện | 연습문제

Sử dụng các cấu trúc [không khéo ~ cũng nên], [không chừng ~ cũng nên] hoặc [biết đâu ~ lại ~ thì sao] để viết lại các câu sau đây bằng tiếng Việt.

1 커피숍에서 음식을 팔아보세요. 이 컨셉이 손님에게 잘 먹힐지도 몰라요.
(비즈니스 컨셉: mô hình, 손님에게 잘 먹히다: hút khách)

2 이 제품의 원산지를 다시 봐봐요. (재수 없어서) 짝퉁을 샀을지도 몰라요.
(원산지: nguồn gốc xuất xứ, 짝퉁: hàng giả/ hàng nhái/ hàng rởm)

3 언니, 애완동물을 데리고 검사해 보세요. 상태를 보아하니 걔가 전염병에 걸렸을지도 몰라요.
(애완동물: thú cưng, 상태를 보아하니: nhìn kiểu này, 전염병: bệnh truyền nhiễm)

4 흥씨의 아들은 겨우 여덟 살인데 축구를 아주 잘하더라. 커서 프로 선수가 될지도 몰라.
(프로 선수: cầu thủ chuyên nghiệp)

5 넌 얼굴에 있는 여드름을 짜는 습관을 버리지 않으면 나중에 못생겨질지도 몰라.
(여드름을 짜다: nặn mụn)

Không khéo + (chủ ngữ lại) ~ cũng nên. Biết đâu + (chủ ngữ) + lại ~ (thì sao).

Đáp án | 답안

1. Cứ thử bán thức ăn ở quán cà phê xem. Biết đâu mô hình này lại hút khách thì sao.
2. Em xem lại nguồn gốc xuất xứ của sản phẩm này xem. Không khéo lại mua phải hàng rởm cũng nên.
3. Chị đưa thú cưng đi kiểm tra đi nha! Không biết chừng nó bị bệnh truyền nhiễm rồi cũng nên.
4. Con trai anh Hưng mới 8 tuổi mà chơi bóng đá giỏi ghê. Không chừng lớn lên làm cầu thủ chuyên nghiệp cũng nên.
5. Em mà không bỏ thói quen nặn mụn trên mặt thì không chừng sau này xấu gái đó nha.

91. gây, gây ra, gây nên, dẫn tới, đem đến, mang đến, đem lại

1 [A + gây / gây ra / gây nên + B (cho + C)]
'A가 (C에게) 부정적인 결과B를 일으키다 / 유발하다'. (B가 명사)

이 문형은 일종의 원인-결과 관계를 나타내는데 문장의 주체가 다른 사람이나 사물에 부정적인 결과를 일으킬 경우에 사용된다.

Ví dụ

Các thiên tai như động đất, sóng thần... gây ra cái chết cho nhiều người.
(thiên tai: 자연재해, động đất: 지진, sóng thần: 쓰나미, cái chết: 죽음)

Lời nói thiếu suy nghĩ có thể gây nên hậu quả lớn.

Phân hóa giàu nghèo đã gây ra không ít vấn đề kinh tế - xã hội, đặc biệt là sự chênh lệch về mức sống giữa giới thượng lưu và tầng lớp lao động bình dân.
(phân hóa giàu nghèo: 빈부 양극화, sự chênh lệch: 격차, giới thượng lưu: 상류층, tầng lớp: 계층)

Chiếc xe tải chở sắt gây tai nạn rồi bỏ đi.

2 [A + dẫn đến / dẫn tới + B]
'A가 B를 야기하다', 'A가 B를 초래하다', 'B를 초래하는 A'. (B가 명사)

이 구조는 (1)번과 비슷하지만 언급되는 결과가 비교적 자연스럽거나 과학적인 논리로 이루어질 경우에 사용된다.

Ví dụ

Trong vài năm gần đây, xuất khẩu giảm mạnh dẫn tới việc cắt giảm nhân sự ở nhiều công ty. (cắt giảm: 차감하다/ 삭감하다)

Việc không nắm rõ chính xác các nguyên nhân dẫn đến trầm cảm khiến nhiều người gặp khó khăn trong quá trình điều trị. (nắm rõ: 확실하게 파악하다)

3 [A + mang đến / mang lại / đem đến / đem lại + B (cho + C)]

A가 (C에게) 어떤 기분, 상태, 결과 B를 가져오거나 불러일으킬 경우에 사용된다. (B가 주로 긍정적 뜻을 가리키는 명사)

> **Ví dụ**

Mục đích của chuyến tình nguyện này là mang đến niềm vui và hy vọng cho những trẻ em miền núi. (chuyến tình nguyện: 자원봉사, miền núi: 산지)

Tình bạn đích thực có thể không đem lại lợi ích vật chất nhưng chắc chắn sẽ mang đến rất nhiều lợi ích tinh thần.
(tình bạn: 우정, đích thực: 진정한, lợi ích vật chất: 물질적 이익, lợi ích tinh thần: 정신적 이익)

Bài luyện | 연습문제

Sử dụng các mẫu câu [A gây / gây ra / gây nên + B + cho C], [A mang đến / mang lại B cho C] hoặc [A dẫn đến B] để viết lại các câu sau đây bằng tiếng Việt.

1 취업할 때 부족한 외국어 실력과 소프트 스킬이 지원자에게 여러 가지로 불리하게 작용될 수 있어요. (부족한 외국어 실력: ngoại ngữ kém, 소프트 스킬: kĩ năng mềm)

_____

2 환경오염이 많은 종류의 질병을 야기한다. (질병: dịch bệnh / bệnh tật)

_____

3 사회복지가 보장되지 않는 것이 최근 시민들의 시위를 초래한 주요 원인으로 여겨집니다.
(보장되다: được đảm bảo, 시위: cuộc biểu tình, 주요 원인: nguyên nhân chính)

_____

바로 써먹는 베트남어 3편

4 과학자들은 사람의 노화 현상을 일으키는 주범을 밝혀냈습니다.
(노화: lão hóa, 주범: thủ phạm, 밝혀내다/ 알아내다: tìm ra)

5 우리의 실내 워터파크는 당신에게 지금까지 없던 환상적인 체험을 선사할 겁니다.
(여태까지 없던: chưa từng có, 선사하다: đem đến)

 Đáp án | 답안

1. Ngoại ngữ kém và thiếu kĩ năng mềm có thể gây ra nhiều bất lợi cho ứng viên khi xin việc.
2. Ô nhiễm môi trường dẫn đến (또는 gây ra) nhiều loại dịch bệnh.
3. Phúc lợi xã hội không được đảm bảo được xem là nguyên nhân chính dẫn đến (또는 gây ra) các cuộc biểu tình gần đây của người dân.
4. Các nhà khoa học đã tìm ra 'thủ phạm' gây ra hiện tượng lão hóa ở con người.
5. Khu công viên nước trong nhà của chúng tôi sẽ đem đến cho bạn những trải nghiệm tuyệt vời chưa từng có.

92

(A thì) thà (rằng) B còn hơn.
Thà (rằng) A còn hơn B.
Thà A chứ không B.

1 [(A thì) thà (rằng) B còn hơn]
[(A thì) chẳng thà B còn hơn] (A, B: 서술어 또는 절)

'(A하느니) 차라리 B하는 것이 낫다'

이 문형은 앞에 언급한 방안A보다 그다지 선호되지 않는 방안B가 낫다고 말할 때 사용된다.

Ví dụ

Tiền sửa xe mà đắt bằng một nửa tiền mua xe mới thì thà rằng mua xe mới còn hơn.

Bàn với nó thì thà (rằng) không bàn còn hơn. Nó có bao giờ đưa ra được ý kiến hay đâu. (đưa ra: 의견이나 아이디어 따위를 내다/ 제시하다)

A: Sắp tới xăng lại tăng giá thêm 2000 đồng 1 lít đấy. (sắp tới: 조만간)
B: Ui giời. Thế thì thà (rằng) đi bộ còn hơn.

2 [Thà (rằng) A còn hơn B]
[Chẳng thà A còn hơn B]

'A하더라도 B하는 것보다 낫다'

이 문형은 상기(1)번과 같은 의미를 나타내지만 A와 B의 위치가 서로 바뀐 방식이다.

Ví dụ

Chẳng thà độc thân suốt đời còn hơn sống với một người chồng vừa bất tài vừa vô lương tâm. (bất tài: 무능하다, vô lương tâm/ không có lương tâm: 양심 없다)
(= Sống với một người chồng vừa bất tài vừa vô lương tâm thì thà độc thân suốt đời còn hơn.)

Thà (rằng) nghèo mà tinh thần thoải mái còn hơn giàu mà suốt ngày áp lực, căng thẳng.

 바로 써먹는 베트남어 3편

3 [Thà A chứ không B]: 'A를 하더라도, 절대 B를 하지 않겠다'

이 문형은 화자가 그다지 내키지 않는 방안A를 택할 수 있으나, 절대 방안B는 하지 않겠다는 굳은 의지를 강조할 때 쓰인다.

Ví dụ

Thà chết chứ không làm nô lệ. (nô lệ: 노예)

Tôi thà bị mất tất cả chứ không đời nào thèm xin lỗi anh ta. (không đời nào = không bao giờ, không thèm + V: 삐쳐서 동사하지 않다/ 상대방을 무시하거나 더려워해서 동사하지 않다)

(A thì) thà (rằng) B còn hơn. Thà (rằng) A còn hơn B. Thà A chứ không B. **92**

Bài luyện | 연습문제

Sử dụng các mẫu câu [A thì thà rằng B còn hơn], [Thà rằng A còn hơn B] hoặc [Thà A chứ không B] để viết lại các câu sau đây bằng tiếng Việt.

1 귀를 막고 모르더라도, 알면서 아무것도 못하는 것보다 나아요. (귀를 막다: không nghe)

2 우리는 적자가 나더라도 품질이 보장되지 않은 재료는 사용하지 않겠습니다.
(적자가 나다: chịu lỗ, 보장되지 않은: không đảm bảo)

3 그 애에게 부탁하느니 내가 혼자 하는 게 나아요.

4 이렇게 쥐꼬리만 한 월급을 받느니 차라리 일을 안 하고 집에 있는 게 나아요.
(쥐꼬리만 한 월급: lương ba cọc ba đồng)

5 그냥 직설적으로 뭐라고 하더라도 그렇게 억지로 칭찬하는 것보다 나아요.
(직설적으로 뭐라고 하다: chê thẳng, 억지로: miễn cưỡng)

Đáp án | 답안

1. Thà rằng không nghe, không biết còn hơn biết rồi mà không làm được gì.
2. Chúng tôi thà chịu lỗ chứ không sử dụng nguyên liệu không đảm bảo.
3. Nhờ nó thì chẳng thà tôi làm một mình còn hơn.
4. Lương có ba cọc ba đồng như thế thì thà rằng ở nhà không đi làm còn hơn.
5. Chẳng thà anh cứ chê thẳng còn hơn khen miễn cưỡng như vậy.

93. A thì khác nào B.
Cứ cho là + 서술어 / 절 + (đi).
Cứ xem như (là)

1 [A thì khác nào B], [A thì chẳng khác nào B], [A thì khác gì B?], [A thì có gì khác B?]

'A하는 것은 B하는 것과 마찬가지다' / 'A는 B와 다름이 없다' / 'A하는 것은 B하는 것과 뭐가 달라요?'

이 문장의 형식은 주로 A가 바람직하지 않은 B와 다름이 없다고 비난할 때 사용된다.

Ví dụ

Nhốt người ta trong phòng tối cả tháng **thì khác nào** bỏ tù họ.
(nhốt: 가두다/감금하다, bỏ tù: 감옥에 집어넣다/투옥하다)

Nhảy từ cửa sổ tầng 3 xuống đất **thì chẳng khác nào** tự tử.
(nhảy từ A xuống B: A에서 B로 뛰어내리다, tự tử/ tự sát: 자살하다)

Kinh doanh mà không có chiến lược rõ ràng **thì chẳng khác nào** ném tiền qua cửa sổ. (ném tiền qua cửa sổ: 창문 밖으로 돈을 던지다, 돈을 허투루 쓰다)

2 [Cứ cho là + 서술어 / 절 + (đi)]: '~한다고 치자'

이 표현 방식은 언급한 내용(실제로 사실이 아닐 수 있는 내용)이 일단 사실로 인정된다는 가정을 할 때 사용된다.

Ví dụ

Cứ cho là vậy **đi**.

Cứ cho là anh nói đúng. Vậy thì cho tôi hỏi thêm một chút, anh dựa vào căn cứ nào mà kết luận như vậy?
(dựa vào ~: ~에 근거하다/ ~에 의거하다, căn cứ: 토대/ 근거, kết luận: 결론/ 결론 내리다)

A: Chỉ cần tỉ lệ lợi nhuận mỗi tháng 15% là chúng ta thắng lớn.
(tỉ lệ lợi nhuận: 수익률)

B: Rồi. Cứ cho là chúng ta đạt tỉ lệ lợi nhuận tháng 15 % đi. Nhưng còn các rủi ro phát sinh khác thì anh đã tính đến chưa?
(rủi ro: 위험부담, tính đến: 고려하다/ 감안하다)

3 [Cứ xem như (là) ~ nhé], [Cứ coi như (là) ~ nhé]

'~한 걸로 간주하자', '~하는 걸로 (생각)하자'

이 문장 형식은 어떤 사실을 없던 걸로 치자고 하거나 다른 방향으로 생각하자고 권유할 때 사용된다.

Ví dụ

Cứ xem như chưa có chuyện gì xảy ra đi.

Sau này nếu có gặp nhau thì em cứ xem như chúng ta chưa hề quen biết nhé!

Cứ coi như là em chưa nói gì nhé!

Thôi, ơn huệ gì? Cứ coi như là tôi trả ơn anh lần trước đã giúp tôi.
(ơn huệ: 은혜, trả ơn: 은혜를 갚다)

Lưu ý

Cần phân biệt với cụm từ [được coi là ~] hoặc [được xem là ~].

'~로 여겨지다'를 뜻하는 [được coi là ~] hoặc [được xem là ~]와 구별해야 한다.

Bài luyện | 연습문제

Sử dụng các cách nói [A thì khác nào B] hoặc [Cứ cho là ~ đi] để viết lại các câu sau đây bằng tiếng Việt.

1 사랑을 하면 질투하는 게 당연한 거죠. 질투 없는 사랑은 남과 다름 없죠. (남: người dưng)

2 만약에 당신이 배고픈 상태에서 사탕, 단 과자 같은 것을 먹으면 자신의 위를 해치는 것과 마찬가지다. (~상태에서: trong tình trạng ~, 해치다: làm hại)

3 자식이 잘못된 일을 하는 것을 못 본 체하면 아이에게 나쁜 버릇을 들이는 것과 다름이 없다.
(잘못된 일을 하다: làm sai/ phạm lỗi, 나쁘거나 불법적인 일을 못 본 체하다: dung túng, 나쁜 버릇을 들이다: làm hư)

4 내가 잘못했다고 쳐. 그러나 그것 때문에 당신에게 나를 심판할 권리가 있다는 것은 아니야.
(심판하다: phán xét, 그것 때문에 ~하는 것은 아니다: không phải vì thế mà + 절)

5 당신, 내가 빌려 준 돈은 고민 안 해도 돼요. 내가 당신에게 장기적으로 빌려 준 거라 생각해요. 나중에 (돈) 있으면 갚고 없으면 괜찮아요.
(어떻게 해야 할지 고민하다: lăn tăn/ suy nghĩ, 장기적으로: dài hạn)

 Đáp án | 답안

1 Yêu thì tất nhiên là phải ghen chứ / Yêu thì ghen là điều đương nhiên. Yêu mà không ghen thì khác nào người dưng.
2 Nếu bạn ăn những thứ như kẹo, bánh ngọt v.v. trong tình trạng đói thì chẳng khác nào đang hại dạ dày của mình.
3 Dung túng khi con cái làm sai thì chẳng khác nào làm hư con.
4 Cứ cho là tôi sai. Nhưng không phải vì thế mà anh có quyền phán xét tôi.
5 Số tiền tôi cho anh vay thì anh không cần phải lăn tăn đâu. Cứ coi như là tôi cho anh vay dài hạn đi. Khi nào có thì trả, không có thì cũng không sao.

94. Liệu + 'có ~ không?' 의문문형.
A hay sao mà B.

1 [Liệu + 'có ~ không?' 의문문형]

'Liệu' 는 'có ~ không' 의문문의 문두에 사용되어 문장에서 언급된 일이 진행될 가능성에 대한 걱정과 의심을 나타낸다. 이 의문문의 문미에 'nhỉ' 를 붙여 혼잣말로 쓰이는 경우가 많다.

Ví dụ

Thời gian trôi nhanh thật. Thấm thoát đã 10 năm kể từ lần gặp cuối. **Liệu** anh ấy **có** còn nhớ mình **không** nhỉ? (thấm thoát đã + 기간: 기간이 매우 빨리 지나갔다/ 눈깜짝할 사이에 기간이 지났다, kể từ + 시간표현: 어떤 기점으로부터)

Chị ơi cho em hỏi. Em thiếu hồ sơ chứng minh tài chính. **Liệu** như vậy thì **có** được cấp visa **không** ạ? (tài chính: 재정, được cấp: 발급받다)

Kỳ thi này thuộc dạng khó nuốt. Tôi đang băn khoăn **liệu có** nên thử sức 1 lần hay **không**. (thuộc dạng ~: ~하는 편이다, khó nuốt: 삼키기 힘든/ 정복하기가 힘든)

2 [A hay sao mà B]: 'A해서 그런지 B하다'

이 구조는 원인(A)과 결과(B)의 관계에 대해 말하기 위해서 사용되나 여기서 원인은 단지 추측일 뿐이다.

Ví dụ

Nhà kia mới trúng số **hay sao mà** hết xây nhà đến mua xe. Ghen tị quá.

Chị Liên phẫu thuật thẩm mỹ **hay sao mà** trông khác quá.

결과(B)를 보고 원인(A)를 짐작할 때 의문문구조 [A hay sao mà B thế?] (혹시 A한 거예요? 왜 그렇게 B하죠?)로 물어볼 수 있다.

Ví dụ

Tính cách anh ấy rụt rè sống nội tâm quá **hay sao mà** mãi không dám tỏ tình **thế** nhỉ? (rụt rè: 소심하다, 수줍다, nội tâm: 내성적)

Cháu bị mẹ mắng hay sao mà mặt buồn thiu thế? (buồn thiu: 시무룩하다)

Dạo này có tình yêu hay sao mà xinh tươi, yêu đời thế?

(yêu đời: 세상이 아름답게 보일 정도로 기분이 좋다)

Bài luyện | 연습문제

Sử dụng các cấu trúc [Liệu ~] hoặc [A hay sao mà B] để viết lại các câu sau đây bằng tiếng Việt.

1 생고기가 진짜로 냉동고기보다 좋은 건가요? (걱정과 의심스러운 마음으로 물어봄)

(생고기: thịt tươi, 냉동고기: thịt đông lạnh)

2 항생제는 보통 효과가 빠르나 혹시 부작용이 없을까요?

3 이번 설에도 식품가격이 매년처럼 인상될까요? (물가 따위가 상승되다/ 인상되다: giá cả leo thang)

4 일이 많이 급해요? 왜 그렇게 밥먹다 말고 가버린 거예요?

(밥먹다 말고 ~하다: đang ăn dở cũng phải ~, 가버리다: bỏ đi / đi mất tiêu)

5 제가 무슨 병이라도 걸렸는지 자꾸 어지럽고 그래요. (이유없이 자꾸: cứ hay ~)

Đáp án | 답안

1. Thịt tươi liệu có tốt hơn thịt đông lạnh thật không? / Liệu thịt tươi có tốt hơn thịt đông lạnh không?
2. Thuốc kháng sinh thường có tác dụng nhanh nhưng liệu có tác dụng phụ gì không?
3. Tết này liệu giá thực phẩm có leo thang như mọi năm không? / Tết này giá thực phẩm liệu có leo thang như mọi năm không?
4. Việc gấp lắm hay sao mà đang ăn dở cũng phải bỏ đi thế?
5. Tôi bị bệnh gì hay sao mà cứ hay bị chóng mặt.

95 'Chẳng lẽ, không lẽ, lẽ nào'의 용법

1 **[chẳng lẽ / không lẽ / lẽ nào + (주어) + lại + 서술어]** (주어가 문두에 위치할 수 있음): '설마 주어가 ~하겠어요?'

이 구조는 일반적인 통념이나 도리상 어떤 행동을 할 리가 없음을 강조할 때 사용된다. 상황에 따라 '그럴 리가 없다', '그러면 안 된다', '그럴 수가 없다' 등 상대방 의견을 반박하는 뉘앙스를 나타낸다.

이 구조는 [làm sao mà + 주어 + lại + 동사 + được?]과 같은 뜻을 나타낸다.

> Ví dụ

A: Mẹ không thương con gì cả.

B: Mẹ là mẹ của con. Chẳng lẽ mẹ lại không thương con. (không có chuyện mẹ không thương con)
(= làm sao mà mẹ lại không thương con được?)

A: Anh định cho cậu ấy mượn tiền thật hả?

B: Bạn bè với nhau mà. Lẽ nào lại không cho mượn. (không thể không cho mượn)
(= làm sao mà không cho mượn được?)

A: Anh định bỏ em à?

B: Chúng mình yêu nhau đến nay đã được gần 8 năm. Lẽ nào anh lại bỏ em. (Không có chuyện anh bỏ em)
(= Làm sao mà anh lại bỏ em được?)

'Chẳng lẽ, không lẽ, lẽ nào'의 용법

2 **[chẳng lẽ / không lẽ / lẽ nào + 주어 + 서술어 + (hay) sao?]**
[chẳng lẽ / không lẽ / lẽ nào + 주어 + 서술어 + (à)?]
'설마 주어가 서술어한 건가요?', '설마 주어가 서술어한 거 아니죠?'

이 구조는 현실일 가능성이 희박한 일이 설마 사실은 아닌가 하는 의심스러운 마음으로 물을 때 쓰이는 의문문이다.

> Ví dụ

Sao tự dưng hôm nay im lặng thế? Lẽ nào hôm nay ăn phải cái gì à?

Đến giờ họp rồi mà sao không ai đến nhỉ? Không lẽ bên phòng nhân sự chưa thông báo cho mọi người sao?

Sao ông xã mình cứ lén lút xem điện thoại vậy nhỉ? Không lẽ anh ta có bồ?
(ông xã: 남편을 부르는 호칭, bồ: 애인/바람 피는 상대)

3 **[Chẳng lẽ + (주어) + (lại) phải + 서술어 + à?]**
[Không lẽ + (주어) + (lại) phải + 서술어 + à?]
'설마 주어가 서술어해야 하나?', '설마 주어가 서술어해야 되나?'

이 구조는 화자가 하기 싫은 일이나 말도 안 되고 부당하다고 여기는 일을 해야 할지에 대한 고민을 드러내기 위해 사용하는 의문문이다. 때때로 주어가 서술어하지 않아도 됨을 긍정할 때도 사용된다.

> Ví dụ

A: Tao nghĩ là tại mày đã giàu lại xinh quá mức cần thiết nên đàn ông sợ không dám tiếp cận đấy. (quá mức cần thiết: 불필요하게/ 필요한 정도를 넘어)

B: Chẳng lẽ tao lại phải nghèo và xấu đi à?

283

Bài luyện | 연습문제

Sử dụng các cấu trúc [chẳng lẽ / lẽ nào / không lẽ + 주어 + lại + 서술어] hoặc [chẳng lẽ /lẽ nào/ không lẽ + 주어 + 서술어 + à / hay sao?] để viết lại các câu sau đây bằng tiếng Việt.

1 요즘 어린 애들은 무릎이 찢어진 바지를 왜 그렇게 잘 입는지 모르겠다. 설마 이게 새로운 패션 트랜드인가? (어린 애들: bọn trẻ, 무릎이 찢어진 바지: quần rách gối)

2 설마 당신 아무것도 기억 못 하는 거에요?

3 안심하세요. 내 큰 아버지는 내공이 탄탄한 건축가예요. 그분이 당신 마음에 쏙 드는 집을 설계 못 하겠어요? (내공이 탄탄한: dày dạn kinh nghiệm)

4 형은 맏형이잖아요. 설마 어르신들이 형에게 유산을 물려주지 않겠어요?
(어르신들: các cụ, ~에게 물려주다: để lại cho ~, 유산: gia tài)

5 저는 독신주의자라서 결혼 안 해요. 저 같은 사람이 단지 사회적인 고정관념 때문에 결혼을 해야 하나요? (독신주의: chủ nghĩa độc thân, 사회적인 고정관념: định kiến xã hội)

Đáp án | 답안

1 Chẳng hiểu sao dạo này bọn trẻ lại thích mặc quần rách đầu thế. Chẳng lẽ đây là xu hướng thời trang mới à?

2 Chẳng lẽ anh không nhớ gì hay sao?

3 Anh yên tâm. Bác tôi là kiến trúc sư dày dạn kinh nghiệm. Lẽ nào bác ấy lại không thiết kế được ngôi nhà vừa ý anh.

4 Anh là con trai cả mà. Chẳng lẽ các cụ lại không để lại gia tài cho anh.

5 Tôi không lấy chồng vì theo chủ nghĩa độc thân. Không lẽ phụ nữ như tôi lại phải cưới chồng chỉ vì định kiến của xã hội à?

'trót / lỡ / nỡ' + động từ : 몰라서 동사해 버렸다

1 trót, lỡ

동사 앞에 'trót / lỡ'를 붙이면 고의가 아닌 실수로 어떤 일을 한 후에 후회를 나타낸다.

Ví dụ

A: Chuyện này anh phải giữ bí mật đấy!
B: Anh không nghĩ là chuyện quan trọng nên trót nói với một người bạn rồi.

A: Gói bánh của em trong tủ lạnh đâu rồi?
B: Lúc nãy đi làm về đói quá nên lỡ ăn hết rồi. Chốc nữa đi siêu thị chị mua đền cho. (chốc nữa / lát nữa: 이따가, mua đền cho: 물어주는 의미로 사다 주다)

Vừa rồi em trót nói nặng lời với nó rồi. Bây giờ mà gọi điện nhờ vả thì có ngại không nhỉ? (nói nặng lời: 심한 말을 하다, có ngại không?: 상황상 좀 그렇지 않아요?)

Lưu ý

'lỡ' / 'bị lỡ'는 '놓치다'라는 뜻으로도 쓰인다.

   (bị) lỡ tàu / lỡ chuyến / lỡ máy bay
   (bị) lỡ hẹn

Bị lỡ mất cơ hội / bỏ lỡ cơ hội

'trót / lỡ / nỡ' + động từ: 몰라서 동사해 버렸다

2 **['nỡ (lòng nào)' + động từ]**: 양심 없이 동사하다 / 피도 눈물도 없이 동사하다. 일반적인 통념상 양심 있는 사람들이 하지 않는 일을 하다.

['không nỡ (lòng nào)' + động từ]: 양심상 동사 못 하다

> Ví dụ

Mấy người nỡ mặc cả với một cụ già bán hàng rong sao?
(cụ/cụ già: 노인, bán hàng rong/ bán dạo: 이동판매/ 잡상인)

Bạn gái tôi rất ngây thơ trong sáng. Mặc dù hết yêu rồi nhưng tôi không nỡ bỏ cô ấy. (ngây thơ: 순진한/천진난만한, trong sáng: 순수하고 때 묻지 않은)

3 **[nhỡ A thì B]**

이 구조는 조건/가정-결과 구조 [Nếu ~ thì ~]와 같은 의미지만 안 좋은 상황을 가정할 경우에 사용된다.

> Ví dụ

Nhỡ việc này mà bị lộ ra ngoài thì chúng ta sẽ gặp rắc rối to đấy. (gặp rắc rối: 곤란에 처하다)

의문문으로 쓰일 때 [nhỡ + 안 좋은 상황 + thì sao?] (혹시나 안 좋은 상황이 일어나면 어쩌죠?)로 표현된다.

A: Chúng ta phải chi tiêu tiết kiệm chứ. Nhỡ một ngày nào đó anh bị sa thải thì sao? (chi tiêu: 지출하다, một ngày nào đó: 미래 어느날/언젠가)

B: Thì lúc đó tính sau. Làm gì mà em lo xa quá vậy?
(lúc đó tính sau: 그때 가서 생각하자)

 바로 써먹는 베트남어 3편

Bài luyện | 연습문제

Sử dụng cách nói có từ 'trót, nỡ, lỡ, nhỡ' để viết lại các câu sau đây bằng tiếng Việt.

1 그들은 불쌍한 아이를 보고도 (양심 없이) 그냥 가버렸어요.

2 혹시나 제가 시험에 떨어지면 부모님이 많이 실망하실까요?

3 이제야 (용기 내서) 언니에게 자백할게요. 약 이 주 전에 제가 (고의 아님) 서랍에 있던 언니의 일기를 몰래 봤어요. (자백하다: thú thật/ thú nhận, 서랍: ngăn kéo, 일기: nhật ký)

4 구분 짓는 울타리가 없어서 어떤 이웃이 우리 외할아버지 땅에 집을 지어 버렸어요.
(공간이나 사이 따위를 나누다/ 구분짓다: ngăn cách, 울타리: hàng rào)

5 이렇게 큰 문화역사적 가치가 있는 건축물인데 그들이 어떻게 철거할 수 있죠? 진짜 도저히 납득이 안 가요. (~ 가치가 있다: mang giá trị ~, 건축물 따위를 철거하다: dỡ bỏ, 납득이 안 가다: không chấp nhận/ không hiểu)

Đáp án | 답안

1. Nhìn thấy đứa trẻ tội nghiệp mà họ nỡ (lòng nào) bỏ đi.
2. Nhỡ con thi trượt thì bố mẹ có thất vọng lắm không ạ?
3. Bây giờ em mới dám thú thật với chị. Tầm 2 tuần trước, em đã trót xem trộm nhật ký của chị để trong ngăn kéo.
4. Vì không có hàng rào ngăn cách nên một người hàng xóm đã lỡ dựng nhà trên đất của ông ngoại tôi.
5. Một công trình mang giá trị văn hóa lịch sử lớn như vậy mà sao họ nỡ dỡ bỏ được nhỉ? Thật không tài nào chấp nhận được

97. tùy vào, tùy thuộc vào, tùy, tùy theo, phụ thuộc vào

1 **Tùy vào, tùy thuộc vào**: ~하기 나름이다, ~에 따라 (다르다)
Tùy, tùy theo: ~에 따라, (종류나 등급 따위) 별로
Phụ thuộc vào: ~에 의존하다, ~에 달려 있다

이 동사들은 다른 요소에 의해 결정되거나 다른 존재에 의존함을 의미한다.

> **Ví dụ**

Cuộc sống thay đổi tùy vào cách chúng ta suy nghĩ. Thế nên, hãy suy nghĩ tích cực lên.

Độ khó của kỳ thi năng lực tiếng Việt phụ thuộc vào cấp thi cũng như độ dài của bài nghe. (độ khó: 난이도, cấp thi: 시험등급, cũng như: 및/마찬가지로)

Nhà xuất bản Nhi Đồng vừa xuất bản cuốn sách 'Cách giáo dục cần thiết tùy theo độ tuổi của trẻ'. Theo tôi, đây là cuốn sách rất hữu ích đối với các bậc phụ huynh. (nhà xuất bản: 출판사, xuất bản: 출간하다, độ tuổi: 연령, hữu ích: 유익한, bậc: 높은 사람 앞에 쓰이는 종별사)

A: Dù sao thì cậu cũng cố gắng hết sức rồi. Có gì mà phải lăn tăn?
(dù sao thì/ dù sao đi nữa: 어쨌든, lăn tăn: 어떻게 해야 할지 살짝 고민되다/ 찜찜하다, có gì mà phải ~: ~해야 할 거 뭐 있어요?)

B: Sao không lăn tăn được? Vận mệnh cuộc đời tớ phụ thuộc vào kết quả phỏng vấn lần này đấy. (vận mệnh: 운명)

2 **Tùy ý, theo ý, theo ý muốn**: 마음대로, 뜻대로, 좋은 대로
Tùy tiện: 함부로, 제멋대로

> **Ví dụ**

Nhằm khuyến khích thực khách rút hầu bao, một số nhà hàng thực hiện chính sách 'ăn tha hồ, trả bao nhiêu tùy ý'. (rút hầu bao: 지갑을 열다, tha hồ / thỏa thích: 실컷)

Chúng ta cần phải học cách vượt qua thời kỳ khó khăn trong cuộc sống khi mọi chuyện không diễn ra theo ý muốn.

Cảnh báo. Gần đây ở Hà Nội xuất hiện một số người tự xưng là nhân viên của tổng công ty điện lực đến từng nhà và tùy tiện thu tiền điện. (cảnh báo: 경보, xuất hiện: 나타나다, tự xưng: 자칭하다, tổng công ty điện lực: 전력공사, thu: 거두다)

○ Tham khảo các cách nói sau

Tùy người, tùy từng người khác nhau, mỗi người một khác: 사람마다 다르다

Tùy lúc, tùy từng lúc khác nhau: 때에 따라 다르다, 그때그때 다르다

Tùy nơi, tùy chỗ: 장소에 따라서

Tùy tình hình, tùy tình hình khác nhau: 상황에 따라, 상황에 따라 다르다

98

A (còn / là) tùy vào B.
Tùy vào A mà B.
Dựa trên, dựa vào, căn cứ (vào)

1 [A (còn / là) tùy vào B]
[A (còn / là) phụ thuộc vào B]
[A (còn / là) tùy thuộc vào B] (가장 많이 쓰임)
'A는 B에 달려 있다'

A가 [서술어1 + hay + 서술어2] 또는 [(việc) + 주체 + có + 서술어 + hay không]으로 구성될 경우 '서술어1 하느냐 서술어2 하느냐는 것은' 또는 '주체가 서술어 하느냐 안 하느냐는 것은'으로 해석된다.

Ví dụ

Đẹp hay xấu còn tùy thuộc vào con mắt của người nhìn. Với lại, tình cảm của họ cũng tác động một phần không nhỏ.
(con mắt: 눈, với lại: 게다가, tác động: 영향력을 행사하다/ 영향을 끼치다/ 작용하다)

Khởi nghiệp có thành công hay không còn tùy thuộc vào nhiều yếu tố nên không thể nói trước được.

Anh suy nghĩ kỹ đi. Việc đi hay ở hoàn toàn tùy thuộc vào bản thân anh thôi.

B가 [việc + 주체 + có + 서술어 + hay không]으로 구성될 경우 '주체가 서술어 하느냐 안 하느냐에 달려 있다'로 해석된다.

Ví dụ

Kể cả có máy ảnh tốt nhưng để chụp được một bức ảnh đẹp còn phụ thuộc vào việc người chụp có am hiểu về kĩ thuật chụp ảnh hay không.
(kể cả ~: ~하더라도/ ~조차, am hiểu: 전문분야에 대한 지식이 풍부하고 잘 알다)

2 [Tùy vào A mà B], [Tùy theo A mà B]

'A에 따라서 B를 하다' (A: danh từ , B: động từ / mệnh đề)

Ví dụ

Công việc của một tiếp viên hàng không đòi hỏi khả năng đối phó linh hoạt. Tùy vào tình hình cụ thể mà có những biện pháp xử lý kịp thời.
(đối phó: 대처하다/ 대응하다, linh hoạt: 융통성 있는, biện pháp: 조치/ 해결방법, kịp thời: 제때에/ 적시에)

Khi phỏng vấn xin việc thì cách tốt nhất là tùy theo vẻ mặt của người phỏng vấn mà lựa chọn cách trả lời cho phù hợp.

3 Dựa trên ~, dựa vào ~, căn cứ (vào) ~

~ 근거로, ~에 근거하여, ~에 의거하여, ~를 바탕으로, ~를 기반으로

Ví dụ

Anh dựa vào cái gì (또는 Anh dựa vào đâu) mà nói tôi bịa chuyện?
(bịa chuyện: 이야기를 지어내다)

Cảnh sát đã tìm ra hung thủ dựa trên các vật chứng thu thập được tại hiện trường vụ án.
(hung thủ: 살인범/흉악범, vật chứng: 물증, thu thập: 수집하다/모으다, hiện trường vụ án: 사건현장)

Căn cứ Nghị định số 20/2018/NĐ-CP của Chính phủ quy định chức năng, nhiệm vụ, quyền hạn và cơ cấu tổ chức của cơ quan nhà nước. Điều 1...
(nghị định: 시행령, chức năng: 기능, cơ cấu tổ chức: 조직구조, điều: 조/조항)

Bài luyện | 연습문제

Sử dụng cấu trúc [A (còn / là) tùy thuộc vào B] , [Tùy vào A mà B] hoặc [Dựa vào / Dựa trên / Căn cứ vào ~] để viết lại các câu sau đây bằng tiếng Việt.

1 환씨는 자질이 있지만 그 자질이 발휘될 수 있을지는 그의 노력 및 주변환경에 달려 있어요.
(자질: tư chất, 발휘하다: phát huy)

2 그것은 정부에서 해외투자자에 대한 우대정책을 통과시키느냐 안 시키느냐에 달려 있습니다.
(우대정책: chính sách ưu đãi, 통과시키다: thông qua)

3 아이들의 성장기에 따라 적절한 영양식단을 짭니다.
(성장기: giai đoạn phát triển, 영양식단을 짜다: xây dựng chế độ dinh dưỡng)

4 통신 그룹 화웨이에서 11월 28일에 인공지능에 기반한 클라우드 저장 서비스를 출시했습니다.
(통신 그룹: tập đoàn viễn thông, 인공지능: trí tuệ nhân tạo, 클라우드 저장: lưu trữ đám mây)

5 저는 한 가지 궁금한 사항이 있습니다. 그것이 뭐냐면 법원이 어디에 근거하여 (어떤 근거로) 혼인이 더 이상 지속될 수 없다고 주장합니까?
(궁금한 사항/ 의문을 갖다/ 알고 싶어하다: thắc mắc, 지속하다: kéo dài/ hàn gắn)

A (còn / là) tùy vào B. Tùy vào A mà B. Dựa trên, dựa vào, căn cứ (vào) 98

📝 Đáp án | 답안

1. Anh Hoàn có tư chất, song việc tư chất ấy có được phát huy hay không còn tùy thuộc vào nỗ lực của bản thân anh ấy cũng như môi trường xung quanh.

2. Điều đó phụ thuộc vào việc chính phủ có thông qua chính sách ưu đãi cho nhà đầu tư nước ngoài hay không.

3. Tùy theo từng giai đoạn phát triển của trẻ mà xây dựng chế độ dinh dưỡng phù hợp.

4. Tập đoàn viễn thông Huawei ngày 28/11 đã ra mắt dịch vụ lưu trữ đám mây dựa trên trí tuệ nhân tạo (AI).

5. Tôi có một thắc mắc, đó là: Tòa án căn cứ vào đâu để cho rằng cuộc hôn nhân đã không còn có thể hàn gắn được?

부록
구동사와 생활 동작동사 모음

1 구동사(phrasal verb)

구동사(phrasal verb)란 [동작동사 + 방향성 동사], [동사 + 전치사]의 형태를 말한다.

● **동작동사와 자주 결합하는 방향성 동사**

ra: 바깥방향, 확장하는 방향으로

vào: 안쪽 방향, 닫히는 방향으로

lên: 높은 방향, 앞쪽 방향으로, 켜지는 상태로 전환

xuống: 낮은 방향, 뒤쪽 방향으로

lại: 뒤쪽 방향, 모이는 방향으로, 정적인 상태로 전환, 회귀

đi: 사라지는 상태로 전환, 꺼지는 상태로 전환

● **실용 구동사의 어순**

[동작동사 + 목적어 + 방향성 동사]

> **Ví dụ** 동작동사 Mặc + 목적어 áo + 방향성 동사 vào
>
> 동작동사 Bỏ + 목적어 mũ + 방향성 동사 ra

bật (lên), mở (lên): 켜다 – **tắt (đi):** 끄다
Bật nhạc lên, mở điều hòa lên, bật ô lên, tắt điện đi, tắt tiếng đi

mở (ra): 열다 – **đóng (lại):** 닫다
Mở cửa ra, mở hộp ra, mở ví ra, đóng nắp lại, đóng tủ lại

đưa: 데려다 주다 – **đón:** 데리러 오다
Đưa con đến trường, đưa bạn gái về nhà, đưa vợ đi làm
Đón bạn ở sân bay, đi đón con, đến đón khách

dẫn: 인도하다 – **dắt:** (손을 잡고) 데리고 다니다
Dẫn đi tham quan nhà.
Dắt cháu đi mua sắm, dắt bà cụ sang đường

cắm (vào): 적당한 힘을 써서 뾰족하거나 길쭉한 것을 박는 행위
cắm điện, cắm sạc vào, cắm hoa vào bình

rút (ra): 손으로 잡고 당겨서 빼내는 행위
rút điện (ra), rút tiền, rút đinh (ra), rút kiếm (ra)

tháo (ra): 기계 따위를 분해하다, 고정되어 있거나 묶여 있는 끈을 풀다, 액세서리나 패션 아이템을 빼다 (= bỏ ra)
tháo đèn ra, tháo máy lạnh, tháo nhẫn

che (đi): 가리다
che mặt đi, lấy tay che mặt đi, che (đi) khuyết điểm

chặn (lại): 막다 (chặn lại = ngăn lại)
chặn lối đi, chặn xe lại, chặn nó lại = ngăn nó lại

nâng (lên): (머리 위로) 올리다, 들어올리다
nâng cốc lên, nâng giá thuốc lá lên 10%

hạ (xuống): 비교적 높은 위치에서 아래로 높이/기준을 내리다
hạ tiêu chuẩn xuống, hạ giá, hạ màn (xuống), hạ cái cốc kia xuống

đặt / để (lên / xuống / ở): 두다, 놓다

đặt: 비교적 정확한 위치에 가지런히 놓다

đặt bút cạnh sách, đặt TV lên bàn, đặt con xuống sàn nhà

để는 đặt보다 비교적 가지런하지 못하며 놓는 위치의 정확도가 낮은 편.
Để điện thoại ở nhà. Để túi xuống đất. Để cà vạt trong tủ áo.

mang: (운반 개념으로) 갖고 이동하는 행위 (= đem)
Tôi luôn mang theo ví.
Mang cốc nước lên tầng 2.
Mang hành lý lên phòng.
Mang đồ ra xe. Mang đồ vào nhà.

lấy: (확보해서) 갖고 이동하는 행위
Trộm vào nhà lấy tiền đi.
Lấy cho mẹ 1 cốc nước.
Kính của tôi đâu rồi? Ai đã lấy kính của tôi?

2 기타 생활 동사 모음

treo: 걸다 (treo quần áo, treo tranh lên tường, treo giải thưởng…)

móc: 고리로 걸다, 고리 (móc vào đây, cái móc chìa khóa…)

đóng: 닫다, (물건을 고정하기 위해) 도구로 박다 (đóng đinh vào tường…)

dán: (풀이나 테이프로) 붙이다 (dán băng dính, dán giấy…)

gắn: (강력 접착제로) 붙이다, (나사로) 고정시키다, (핀으로) 달다 (gắn cái bình vỡ lại, gắn điều hòa vào tường, gắn biển quảng cáo …)

cố định: (도구 상관없이) 고정시키다 (cố định cái giá…)

lắp đặt: (기계 공학 관련) 설치하다 (lắp đặt mạng, lắp đặt wifi, lắp đặt truyền hình cap, lắp đặt camera hành trình, lắp đặt phòng hát karaoke…)

cài: 달다, 채우다, (프로그램을) 설치하다 (cài huy hiệu, cài cúc áo, cài phần mềm diệt virus..)

cài đặt: 설치하다, (핸드폰/컴퓨터 따위를 설정하다) (cài đặt tiếng Việt, cài đặt bàn phím tiếng Hàn, cài đặt ứng dụng internet banking…)

buộc: (끈으로) 묶다 (buộc tóc, dây buộc tóc, buộc dây, buộc 2 đầu lại…)

bó: 다발, 묶음, 단, 원형으로 묶다 (Bó cái này lại, một bó hoa, một bó rau…)

đâm: 찌르다 (bị kim đâm vào tay)

đạp: 발로 세게 밟다 (dùng chân đạp cửa)

dẫm, giẫm: 힘 쓰지 않고 밟다 (không dẫm lên cỏ)

kéo: 당기다 (đừng kéo tay tôi, kéo vật đó lên, kéo vào, kéo ra…)

đẩy: 밀다 (đẩy vào, đẩy ra, đẩy lên, đẩy xe…)

chạm (vào): 터치하다

sờ (vào): 만지다

bắt tay: 악수하다

cầm: (손잡이 없는 것을) 들다, 손에 쥐다

xách: (손잡이 있는 것을) 들다

bê: (대략 박스 크기의 물건을 두 손으로) 들다

đeo: 매다

bám (vào): 매달리다

vác: 짊어지다, 어깨에 지다

bế / ẵm: (사람의 몸 전체를 받쳐) 안다

cõng: 업다

thả (ra): (갇혀 있거나 잡혀 있는 사물이나 사람을) 풀다, 풀어주다

buông (ra): 손 놓다

nhấn, bấm: 누르다

giơ (lên): (손 따위) 들다

đưa (ra): 내밀다, (의견, 제안을) 제시하다

tiến (lên): 전진하다

lùi (lại): 뒤로 물러나다

tát: 손바닥으로 때리다

đấm: 주먹을 날리다

cấu / nhéo / véo: 꼬집다

đá: (발로) 차다

ngã (xuống): 넘어지다

ngồi (xuống): 앉다

nằm (xuống): 눕다

đứng dậy – đứng lên: 일어서다

thái: 썰다

chặt: (칼로 세게) 자르다

cắt: (일자로) 자르다

vắt: (물기가 빠지도록) 짜다

cho A vào B / thả A vào B: A를 B에 넣다

vớt ~ ra / vớt ~ lên: ~를 건지다, 건져내다

phơi: (자연광으로 일정 시간 동안) 말리다, (빨래를) 널다

sấy: (열기를 가해) 말리다

gấp: (종이를) 접다, (옷을) 개다, (책을) 덮다

xả: (물로) 헹구다

lau / lau chùi: 닦다

đánh: (사람을) 때리다, (깨끗하도록) 문지르다

dựa (vào): 기대다, 의존하다, ~에 근거하여

Dựa vào tường. Mệt thì dựa vào vai tôi. Dựa dẫm (vào) bố mẹ. Dựa vào cái gì mà đánh giá tôi?

đỡ: 받치다

Anh ấy ngã rồi. Đỡ anh ấy dậy!

Tường này sắp đổ. Lấy cái gì đỡ đi.

바로 써먹는 베트남어 3편
고급 문법 & 작문

저자	Đỗ Thị Thu
1판 1쇄	2020년 7월 1일
발행처	(주)링크앤런
주소	경기도 용인시 강남로 9
전화	070-4079-7229
팩스	02-6008-1856
홈페이지	www.e-linklearn.com
Email	iloveyou@linklearn.co.kr
Cafe	cafe.naver.com/vietnamlanguage
디자인	최은숙
값	22,500원
ISBN	979-11-952816-9-5

Copyright ⓒ 2020 Link&Learn

이 책의 저작권은 저자에게 있습니다.
서면에 의한 저자의 허락 없이 내용의 일부를 인용하거나 발췌하는 것을 금합니다.